நல்ல பிள்ளையார்

(சிறுவர்களுக்குரிய கதைகள்)

கி.வா.ஜகந்நாதன்

Title: Nalla Pillaiyar

Author: Ki. Va. Jagannathan

Language: Tamil

First Published on: 1981

Year of Publication: 2024

Book Format: Paperback

*Page Size: 6inch * 9inch*

Category: Fiction

Subject: Children Stories Collection

No. of pages: 44

ISBN: 978-81-977122-3-4

Published by: Nilan Publishers, Madurai, Tamilnadu, India

பொருளடக்கம்

முன்னுரை

சிறுவர்கள் படித்து மகிழ்வதற்குரிய பத்துக் கதைகள் இந்தப் புத்தகத்தில் உள்ளன. நம் நாட்டில் வழங்கிவரும் நாடோடிக் கதைகள் சிலவற்றைத் தழுவி எழுதிய கதைகளையும் நானாகக் கற்பனை செய்து எழுதிய கதைகளையும் இதில் காணலாம்.

குழந்தைகளுக்குக் கதை கேட்பதென்றால் மிகவும் ஆசை, என்னுடைய பேரன் சிரஞ்சீவி குகனுக்கு அவ்வப் போது கதைகள் சொல்வது வழக்கம். நாயன்மார் கதை முதலிய பழங்கதைகளையும் புதிய புதிய கற்பனைக் கதைகளையும் சொல்லி வருகிறேன். அவற்றைக் கேட்டு மேலும் மேலும் கதைகள் சொல்லவேண்டும் என்று நச்சரிக்கிறான். அதற்காகவே என்னுடைய கற்பனைக் குதிரையைத் தட்டி ஓட விட வேண்டியிருக்கிறது. மற்றக் குழந்தைகளும் இவற்றைக் கேட்டும் படித்தும் மகிழவேண்டும் என்ற எண்ணத்தால் இவற்றைப் புத்தக உருவில் வெளியிடலானேன்.

இதைப்போலவே மேலும் சில புத்தகங்கள் வெளியாகும்.

'காந்தமலை'
சென்னை-*28*

கி. வா. ஜகந்நாதன்
18-3-81

நல்ல பிள்ளையார்

கமலாவுக்குப் பிள்ளையார் என்றால் மிகவும் பிரியம். எப்போதும் ஒரு மரப்பிள்ளையாரை வைத்து விளையாடிக்கொண்டிருப்பாள், அதற்குப் பூமாலை வாங்கிப் போடுவாள். தனக்கு அம்மா பட்சணம் கொடுத்தால், பிள்ளையாருக்கு நைவேத்தியம் பண்ணிவிட்டே தின்பாள். "ஏண்டி, இந்தப் பிள்ளையாரை வைத்துக்கொண்டு விடமாட்டேன் என்கிறாயே! நாளைக்கு உனக்குக் கல்யாணமானால் இந்தப் பிள்ளையாரை என்ன செய்வாய்?" என்று அம்மா கேட்பாள். பிள்ளையாரையும் என் புக்கத்துக்கு எடுத்துக்கொண்டு போவேன்" என்று அவள் சொல்வாள். அம்மா அதைக் கேட்டுச் சிரிப்பாள்.

உண்மையிலே அவள் அப்படித்தான் செய்தாள். அவளுக்குக் கல்யாணம் ஆயிற்று. தன் கணவன் வீட்டுக்குக் கமலா போகும் போது அந்தப் பிள்ளையாரை எடுத்துக்கொண்டு போனாள். அங்கேயும் காலையில் எழுந்து நீராடியவுடன் அந்தப் பிள்ளையாரையும் நீராட்டி அலங்காரம் செய்வாள். அவளுடைய மாமியார் அதைக் கண்டு, "என்னடி இது? சிறு குழந்தை மாதிரி இந்தப் பிள்ளையாரை வைத்துக்கொண்டு விளையாடுகிறாயே !" என்று கடிந்துகொள்வாள். கமலா அதைக் காதில் வாங்கிக் கொள்ளாமல் வழக்கம் போல் அவருக்குப் பூச்சூட்டி மகிழ்வாள்.

பல தடவை சொல்லியும் கமலா பிள்ளையாரை விடாமல் வைத்திருப்பதைக் கண்டு மாமியாருக்குக் கோபம் வந்துவிட்டது. "இதைத் தூக்கி வீதியில் எறிந்து விடுகிறேன் பார்!" என்று பயமுறுத்தினாள். "மாமி,மாமி,அப்படிச் செய்யாதீர்கள். இது போய் விட்டால் என் உயிரே போய்விடும்" என்றாள் கமலா.

'நீ எதற்குக் கல்யாணம் பண்ணிக்கொண் டாய்? இந்தப் பிள்ளையாரையே கல்யாணம் பண்ணிக் கொள்கிறதுதானே?" என்று சீறினாள் மாமியார். அது கேட்டுக் கமலாவுக்கு மிகவும் வருத்தமாக இருந்தது.

ஒரு நாள் மாமியாருக்கு அதிகக் கோபம் வந்து விட்டது. "இந்தப் பிள்ளையாரைத் தூக்கி எறிந்து விடு. இல்லாவிட்டால் யாருக்காவது கொடுத்துவிடு. இனிமேல் இந்தப் பிள்ளையாரோடு நீ இந்த வீட்டில் இருக்கக் கூடாது" என்று இரைந்தாள்.

கமலாவுக்கு மிகவும் வருத்தமாகப் போய் விட்டது. என்ன செய்வது என்று தெரியாமல் குழம்பினாள். கடைசியில் மாமியார் பிள்ளையாரைப் பிரியும்படி வற்புறுத்தினால், அந்த வீட்டை விட்டே போய்விடுவது என்று தீர்மானம் செய்து கொண்டாள்.

“அப்படி ஒரு நாளும் வந்தது. மாமியார் காளியைப் போல் நின்று கொண்டு, இந்தப் பிள்ளையாரைக் கொண்டு போய்க் குளத்தில் எறிந்து விட்டு வா. இல்லாவிட்டால் இந்த வீட்டில் இருக்கக் கூடாது. போ வெளியே!" என்று கழுத்தைப் பிடித்து நெட்டித் தள்ளாத குறையாக அவளைத் துரத்தினாள்.

'இனிமேல் இந்த வீட்டில் இருந்து காலம் தள்ள முடியாது என்று தெரிந்துகொண்ட கமலா பிள்ளையாரை எடுத்துக்கொண்டு புறப்பட்டாள். அவள் அதைக் குளத்தில் எறிந்துவிட்டு வரப் போகிறாள் என்று மாமியார் எண்ணினாள்.

ஆனால் கமலாவோ, "இந்த வீட்டில் இனிமேல் இருக்கக்கூடாது" என்ற தீர்மானத்தின்மேல் வெளியேறினாள்.

பாவம்! அவளுக்கு எங்கே போவது என்று தெரியவில்லை. அவளுடைய அம்மா சில மாதங்களுக்கு முன் இறந்து போனாள். ஆகையால் அங்கே போனால் அப்பா கோபித்துக்கொண்டு, மறுபடியும் மாமியார் வீட்டுக்கு அனுப்பிவிடுவார். பிள்ளையார் விட்ட வழி விடட்டும் என்று அவள் கால்போன வழியே நடந்து சென்றாள்.

ஊருக்கு வெளியே ஒரு காடு இருந்தது. அதற்குள் புகுந்து நடந்தாள். மாலை வந்துவிட்டது. இரவு நேரத்தை எங்காவது கழித்து விட்டுப் பிறகு எங்காவது போகலாம் என்று எண்ணினாள்.

காட்டில் ஒரு பெரிய ஆலமரம் இருந்தது. மெதுவாக அதில் ஏறி ஒரு கிளையில் அமர்ந்து சாய்ந்து கொண்டாள். அவள் மடியில் பிள்ளையார் இருந்தார். நெடுநேரம் அப்படியே உட்கார்ந்து கொண்டிருந்தாள்.

நள்ளிரவு ஆயிற்று. அப்போது சில திருடர்கள் எங்கேயோ திருடிவிட்டு, அந்த ஆலமரத்தடிக்கு வந்தார்கள். தாங்கள் திருடிய பொருள்களைப் பங்கு போட்டுக் கொள்வதற்காக அங்கே வந்தார்கள். அந்தப் பொருள்களை அங்கே பரப்பி வைத்துக் கொண்டு பங்கு போட முயன்றார்கள்.

அப்போது கமலாவுக்குச் சிறிதே தூக்க மயக்கம் உண்டாயிற்று. அவள் பிடித்திருந்த பிள்ளையார் கையிலிருந்து நழுவினார். அவர் பொத்தென்று திருடர்களுக்கு நடுவே விழுந்தார். அவர் விழுந்ததைக் கண்டு திருடர்களுக்குப் பயம் பிடித்துக்கொண்டது. யாரோ தங்களைக் கவனிக்கிறார்கள் என்று எண்ணி அவசர அவசரமாகக் கையில் அகப்பட்ட பொருள்களை எடுத்துக் கொண்டு ஓட்டம் பிடித்தார் கள், அந்த அவசரத்தில் சில நகைகளையும் பணத்தையும் அங்கே விட்டு விட்டுப் போய் விட்டார்கள்.

விடிந்ததும் கமலா தன் கையில் பிள்ளையார் இல்லாததைப் பார்த்தாள். கீழே இறங்கி வந்து பார்க்கும்போது பிள்ளையார் நகைகளுக்கும் பணத்துக்கும் நடுவில் இருந்ததைப் பார்த்தாள். அவளுக்கு ஆச்சரியமாகப் போய்விட்டது. அந்த நகைகளையும் பணத்தையும் சுருட்டி எடுத்துக் கொண்டாள். அவற்றைக் கண்டால் தன் மாமியாருடைய கோபம் மாறிவிடும் என்று எண்ணினாள்.

உடனே அங்கிருந்து தன் மாமியார் வீட்டுக்கு வந்தாள். "எங்கேயடி வந்தாய்? நேற்று எங்கே போயிருந்தாய்?'' என்று அவள் கேட்டாள்.

கமலா சிரித்துக் கொண்டாள், "பிள்ளையார் என்னை ஓரிடத்துக்கு அழைத்துச் சென்றார். அங்கே இந்த நகைகளும் பணமும் கிடைத்தன" என்று சொல்லிமடியிலே கட்டியிருந்த அவற்றை அவிழ்த்துக் கொட்டினாள். மாமியார் அவற்றைக் கண்டு ஆச்சரியத்தால் வாயைப் பிளந்து கொண்டு நின்றாள். "இவைகளெல்லாம் எங்கே கிடைத்தன?" என்று கேட்டாள்.

நான்தான் சொன்னேனே! பிள்ளையார் என்னை ஓரிடத்துக்கு அழைத்துக் கொண்டு போனார். அங்கே இவைகள் எல்லாம் இருந்தன. நான் எடுத்துக் கொண்டு வந்தேன்" என்றாள் கமலா.

தன் அப்பா வீட்டுக்குப் போகாமல் தங்கள் வீட்டுக்கு வந்தாளே என்று மாமியார் மகிழ்ச்சி அடைந்தாள்.

“உன் பிள்ளையார் நல்ல பிள்ளையார். அவர் அருமை தெரியாமல் நான் கோபித்துக் கொண்டேன். இனிமேல் உன் மனம்போல அந்தப் பிள்ளையாருக்கு என்ன வேண்டுமானாலும் செய்" என்று மாமியார் கூறி அவளுக்குச் சிற்றுண்டி. கொடுத்தாள்.

அதுமுதல் அந்தப் பிள்ளையார் அந்த வீட்டிலும் கமலாவின் அலங்காரங்களைப் பெற்று எழுந்தருளியிருந்தார்.

(ஒரு நாடோடிக் கதையைத் தழுவியது.)

உயர்ந்த பரிசு

ஒரு வித்தையாடி அரசனுடைய முன்னிலையில் தன் வித்தைகளைக் காட்ட ஆரம்பித்தான். தன் உடம்பைப் பல வகையாக வளைத்தும், நிமிர்த்தியும், ஒரு பாகத்தை மாத்திரம் அசையச் செய்தும் தன் சாமர்த்தியத்தைக் காட்டினான். அவன் பல வருஷங் களாகச் செய்த அப்பியாசத்தினால் அவ்வாறு தன் உடம்பை இஷ்டம்போல வளைக்க முடிந்தது.

கஜகர்ணம், கோகர்ணம் என்ற வித்தைகளையும் அவன் காட்டுவதாகச் சொன்னான். யானையானது நின்றபடியே தன் காதை மாத்திரம் ஆட்டும சக்தி உடையது. பசுவும் அப்படியே செய்யும். இந்த மாதிரி ஆட்டும் வித்தையில் அவன் வல்லவனாக இருந்தான். பசுவைப்போலவே, இரண்டு கைகளை யும் கீழே ஊன்றிக்கொண்டு காதுகளை மட்டும் ஆட்டினான்.

பசுவைப் போலவே அவன் நடித்துக் காட்டிய தோடு, அங்கே இருப்பவர்கள் தன்னை எப்படி வேண்டுமானாலும் பரீட்சை செய்து பார்க்கலா மென்றும் சொன்னான். அரசன் தன் மந்திரிகளை அவ்வாறு பரீட்சை செய்யச் சொன்னான். அவர்கள் தங்கள் தங்களுக்குத் தெரிந்தபடி பரீட்சை செய்து பார்த்து, “இவன் மிகவும் சாமர்த்தியசாலியே" என்று சொல்லி வியந்தார்கள். ஒவ்வொரு வித்தைக்கும் ஒவ்வொரு பரிசை அரசன் அந்த வித்தையாடிக்குத் தந்தான். அவன் அவற்றை வாங்கி வைத்துக்கொண்டான்.

கோகர்ண வித்தை செய்து காட்டியபோது அங்கே கூடியிருந்த ஜனங்களுக்குள் இடையன் ஒருவன் இருந்தான். அவன் வித்தையாடிக்குப் பக்கத்தில் வந்தான். ஒரு சிறு கல்லை எடுத்து வித்தையாடியின் மேல் போட்டு அவனைக் கவனித்தான்; உடனே அவ்விடையன் முகத்தில் பிரகாசம் உண்டாயிற்று. மிகவும் சந்தோஷத்துடன் தன் மேலே போட்டிருந்த பழைய கம்பளி ஒன்றை வித்தையாடியின்மேல் எறிந்துவிட்டுச் சென்றான்.

வித்தையாடி அந்தப் பழைய கம்பளியை எடுத்துக் கண்களில் ஒத்திக்கொண்டான்; உடனே அதைத் தன் பெட்டியில் வைத்தான். மற்றப் பரிசுகள் எல்லாவற்றையும்விட அதை மிகவும் உயர்ந்ததாக அவன் எண்ணினான்.

அவன் அவ்வாறு செய்ததைக் கண்டு அரசனுக்கு அதிகமான கோபம் உண்டாயிற்று; "நாம் கொடுத்த விலையுயர்ந்த பரிசுகளை

இவன் சாதாரணமாக வாங்கிக் கொண்டான். அந்த இடையன் கொடுத்த பழைய கம்பளியை அவ்வளவு சிரத்தையோடு வாங்கி வைத்துக் கொண்டானே! நமக்கு இதனால் அவமதிப்பன்றே உண்டாகி விட்டது?' என்று யோசித்தான். அவன் கண்கள் சிவந்தன.

வித்தைகள் செய்து முடிந்த பிறகு கூட்டம் கலைந்தது. அரசன் வித்தையாடியைத் தனியே அழைத்துவரச் செய்தான்; "நீ நாம் கொடுத்த பரிசுகளை அலட்சியமாக வைத்துவிட்டு அந்த இடையன் கொடுத்த பொத்தல் கம்பளியை அவ்வளவு மரியாதையோடு வாங்கிக் கொண்டாயே! நம்மை இப்படி அவமதித்த குற்றத்திற்காக உனக்குத் தக்க தண்டனை அளிக்க உத்தரவிடப் போகிறோம்" என்றான்.

வித்தையாடி, "மகாராஜா,தாங்கள் இந்த ஏழையின்மீது அவ்வளவு கோபம் கொள்ளக்கூடாது.

“நான் செய்த அபசாரத்தைப் பொறுத்துக் கொள்ள வேண்டும். நான் அவ்வாறு செய்ததற்கு என்ன காரணம் என்பதை மாத்திரம் மகாராஜாவுக்கு விண்ணப்பம் செய்து கொள்கிறேன்."

அரசன்: என்ன காரணம்?

வித்தையாடி: நான் கோகர்ண வித்தை செய்து காட்டினபோது பலர் என்னைப் பரீட்சை செய்தார்கள். அந்த இடையனும் என்னைப் பரீட்சித்தான். என்மேல் ஒரு சிறு கல்லைப் போட்டான், நான் அந்தக் கல் விழுந்த இடத்தை மாத்திரம் சுழித்துக் கொண்டேன். பசுவின் சுபாவம் இது. இதை நன்றாக அறிந்த இடையன் என் சாமர்த்தியத்தைத் தெரிந்து கொண்டான். அவன் செய்த பரீட்சை உயர்ந்தது. அவன் மனம் மகிழ்ந்து தந்த பரிசு எப்படியிருந்தாலும் விஷயத்தை அறிந்து கொடுத்தது; ஆகையால் விஷயம் அறியாமல் தந்த பரிசுகளைக் காட்டிலும் அதனிடம் அந்தச் சமயத்தில் எனக்கு அதிக மதிப்பு உண்டாயிற்று. இது ராஜசபை என்ற ஞாபகம் எனக்கு அந்த நிமிஷத்தில் மறந்து போயிற்று.

அரசன் உண்மையை உணர்ந்தான். அவன் நல்ல அறிவாளியாகையால் வித்தையாடி சொன்னது நியாயமே என்று தெரிந்து கொண்டான். அவனுக்குப் பின்னும் சில பரிசுகளைத் தந்தான். அவனைப் பரீட்சித்த இடையனை வருவித்துத் தன் அரண்மனைப் பசுக்களைப் பாதுகாக்கும் உத்தியோகத்தை அளித்தான்.

நாயும் காளையும்

அந்த வீட்டில் பன்னிரண்டு பேர் இருந்தார்கள். சிறிய கிராமத்தில் பெரிய குடும்பம் அது. அவர்கள் வீட்டுப் பின்புறத்தில் தோட்டம். அதில் வாழை, தென்னை, எலுமிச்சை மரங்கள் உண்டு. அவர்கள் யாவருமே வாழையிலையில்தான் சாப்பிடுவார்கள். உண்டபிறகு இலைகளை எடுத்து வாசலில் போடுவார்கள். எச்சிலை உண்பதற்கு ஒரு நாய் காத்திருக்கும். அவர்கள் இன்ன சமயத்தில்தான் வெளியே இலையைப் போடுவார்கள் என்று அதற்குத் தெரியும். அந்த நேரத்துக்கு முன்பே வந்து காத்திருக்கும். இலைவிழுந்தவுடன் வயிறாரச் சாப்பிடும்.

ஒரு நாள் அதற்குப் போட்டியாக ஒரு பிராணி வந்து சேர்ந்தது. ஒரு காளைக் கன்றுக்குட்டி வந்து அந்த இலைகளை எச்சில் உணவோடு தின்னத் தொடங்கியது. அதைப் பார்த்ததும் குரைத்துக் கடிக்கப் போயிற்று நாய். அந்த மாடு தன் கொம்பினால் அந்த நாயை ஒரு கொந்து கொந்தித் தூக்கி எறிந்து விட்டது. நாய், 'இதனோடு சண்டை போடுவதில் லாபம் இல்லை; சமாதானமாகப் போவது தான் நல்லது' என்று எண்ணியது.

அடுத்த நாள் நாய் வந்தது, காளைக் கன்றும் வந்துவிட்டது. "காளை அண்ணே, உனக்கு வணக்கம். நான் நெடுநாளாக இந்த எச்சில் இலையைத் தின்று வாழ்ந்து வருகிறேன். இதை விட்டால் எனக்கு வேறு வழியில்லை. உனக்கோ மேய்வதற்கு எங்கும் புல்தரை இருக்கிறது. நீ ஏன் எனக்குப் போட்டியாக வருகிறாய்? உன்னைப் பார்த்தால் நல்லவனாகத் தெரிகிறாய் நான் தெரியாமல் நேற்று உன்னைக் கடிக்க வந்தேன். என்னை மன்னித்து விடு, பெரிய மனசு பண்ணி எனக்கு உணவு கொடு.இல்லாவிட்டால் நான் பட்டினி கிடந்து செத்துப் போவேன்" என்று மிகவும் பணிவோடு நாய் கூறியது.

"புல் இருக்கிறது உண்மைதான் ஆனாலும் வாழையிலை என்றால் எனக்கு மிகவும் பிரியம்" என்றது காளை.

"அப்படியா! மிகவும் நல்லதாகப் போயிற்று. எனக்கு வேண்டியது இலையில் மிச்சம் இருக்கும். உணவு. உனக்கு வேண்டியது இலை. நான் இலையைத் தின்பது இல்லை. நான் உணவைத் தின்று விட்டு இலையை உனக்கு விட்டு விடுகிறேன். இதனால் இரண்டு பேருடைய விருப்பமும் நிறை வேறும்' என்று நாய் சொல்லியது. காளைக்கன்று அந்த ஒப்பந்தத்துக்குச் சம்மதம் தெரிவித்தது.

அடுத்த நாள் முதல், நாய் எச்சில் இலையில் மிஞ்சியிருக்கும் உணவுப் பண்டங்களையெல்லாம் தின்று வயிற்றை நிரப்பிக்கொண்டது. காளைக்கன்று இலைகளை உண்டு திருப்தி அடைந்தது. ஒவ்வொரு நாளும் அந்த இரண்டும் இந்த ஒப்பந்தத்தின் படியே நடந்து வந்தன.

ஒரு நாள் அங்கே ஒரு புது நாய் வந்தது. எச்சில் இலைகளைக் கண்டவுடன் அவற்றின்மேல் பாய்ந்தது. பழைய நாய் 'வள் வள்' என்று குரைத்துக் கொண்டு அதனோடு போரிடத் தொடங்கியது. இது குரைக்க, அது குரைக்க, இது கடிக்க, அது கடிக்க, இப்படி அந்த இடம் ரணகளமாகி விட்டது.

காளைக்கன்று அங்கே வந்தபோது அந்த யுத்தம் நடந்து கொண்டிருந்தது. நாள்தோறும் அதுவும் பழைய நாயும் அங்கே வந்து தங்களுக்கு வேண்டியதைத் தின்றாலும் இரண்டுக்கும் நெருங்கிய நட்பு உண்டாகவில்லை. காளைக்கன்றுக்கு நாயின் பல்லைக் கண்டு பயம். நாய்க்குக் காளையின் கொம்பைக் கண்டு பயம்.

அந்தக் காளைக்கன்று நினைத்திருந்தால் புதிய நாயை விரட்டியிருக்கலாம். அதற்கு என்னவோ அப்படிச் செய்யத் தோன்றவில்லை அது இரண்டு நாய்களும் போரிடுவதை வேடிக்கை பார்த்துக் கொண்டே இருந்தது, அந்தச் சுவாரசியத்தில் இலைகளைத் தின்னக்கூட மறந்து விட்டது. இன்னும் நாய்கள் இரண்டும் போராடிக்கொண்டிருந்தன.

அந்தச் சமயத்தில் ஒரு பெரிய எருமை வந்தது அங்கே கிடந்த எச்சில் இலைகளைக் கண்டவுடன் அதற்கு ஒரே மகிழ்ச்சி! அவற்றை எச்சிலுணவோடு உற்சாகத்துடன் தின்னத் தொடங்கியது. காளைக் கன்று பக்கத்தில் வந்தது. எருமை அதை முட்டப் போயிற்று. அது பயந்து விலகிவிட்டது. நாய்கள் அருகில் போரிடுவதைக் கண் டு அவற்றையும் முட்டப் போயிற்று. அவை ஒன்றை ஒன்று துரத்திக் கொண்டு ஓடிப் போயின. எருமை மாடு குசாலாக உணவுப்பண்டங்களையும் இலையையும் சுவைத்துக் கொண்டிருந்தது.

காளைக்கன்று அதைப் பார்த்தது.

அதன் நாவில் நீர் ஊறியது. 'நாம் புதிதாக வந்த நாயை விரட்டி ஓட்டியிருந்தால் ...... என்று அது எண்ணியது. இப்போது எண்ணி

என்ன பயன்? பாவம்! கடைசியில் அதற்கும் கைக்கு எட்டியது வாய்க்கு எட்டாமல் போய் விட்டது.

சந்திரன் பெற்ற வாழ்த்து

ஒரு தாய்க்கு நாலு பிள்ளைகள். சூரியன், சந்திரன் வருணன், வாயு என்ற அந்த நான்கு பேரும் வளர்ந்து வந்தார்கள். அம்மா அவர்களைச் செல்ல மாக வளர்த்து வந்தாள். வயசாகிவிட்டபடியால் அவள் எங்கும் வெளியிலே போவதில்லை.

ஒரு நாள் ஒரு வீட்டில் கல்யாணம் நடந்தது. ஊரில் உள்ளவர்களெல்லாம் அந்தக் கல்யாணத் துக்குப் போனார்கள். அந்த அம்மாவால் போக முடியவில்லை. தன் பிள்ளைகள் நாலு பேரையும் அனுப்பிவைத்தாள். அப்படி அனுப்பும்போது, "நீங்கள் நாலு பேரும் சமத்தாகப் போய்வாருங்கள். அங்கே சாப்பாடு போடுவார்கள். நல்ல இனிப்பான பட்சணங்களைப் போடுவார்கள். அவற்றை நீங்கள் தின்னாமல் எனக்குக் கொண்டு வந்து தாருங்கள். எனக்கு யார் பட்சணம் பண்ணித் தருவார்கள்! நீங்கள் கொண்டு வந்தால் அவற்றைத் தின்று நான் மகிழ்ச்சி அடைவேன்'' என்று சொன்னாள்.

''அப்படியே ஆகட்டும்" என்று சொல்லி அவர்கள் கல்யாணத்துக்குப் போனார்கள்.

கல்யாணம் ஆன பிறகு எல்லாருக்கும் விருந்து போட்டார்கள். பணக்காரர் வீடு. ஆகையால் விருந்து மிகவும் சிறப்பாக இருந்தது. அப்பளம், குஞ்சாலாடு, மாம்பழம், வாழைப்பழம் எல்லாம் போட்டார்கள்.

சூரியன் முதலிய நான்கு பேரும் சேர்ந்தாற் போல் உட்கார்ந்து சாப்பிட்டார்கள். பட்சணம் போடும்போது சூரியன் அவற்றைக் கையில் வாங்கிக் கொள்ளவில்லை. மற்ற மூன்று பேரும் அம்மாவுக்குக் கொண்டு போய்த் தந்தால் போதும், நானும் கொண்டு போவானேன்?

''நாலு பேர் பட்சணங்களையும் அவள் தின்னப் போகிறாளா?" என்று எண்ணித் தன் இலையில் போட்ட பட்சணங்களை ருசித்துத் தின்றான்.

அவனுக்கு அடுத்தபடி வாயு உட்கார்ந்திருந்தான், அவன் வடையை மாத்திரம் இலையில் போட்டுக் கொண்டான். மற்றவற்றை அம்மாவுக்குக் கொடுக்கலாம் என்று கையில் வாங்கி வைத்துக் கொண்டான். சிறிது நேரம் கழித்து அவன் சூரியனைப் பார்த்தான்.

அவன் எல்லாவற்றையும் தானே தின்பதைக் கண்டான். அவனுக்கு நாக்கில் நீர் ஊறியது. வாழைப் பழத்தை இலையில் போட்டுக் கொண்டான். பிறகு மாம் பழத்தையும் இலையில் போட்டுக்கொண்டு உண்டான் கடைசியில் எல்லாவற்றையுமே தின்று விட்டான்.

வருணன் வாயுவுக்கு அடுத்தபடி உட்கார்ந்திருந்தான். அவன் பட்சணங்களைக் கையில் வாங்கிக் கொண்டான். "பாவம்! அம்மாவுக்கு இதெல்லாம் எங்கே கிடைக்கப்போகிறது! நாம் கொண்டு போய்க் கொடுத்தால் மிகவும் சந்தோஷப் படுவாள்" என்று அவற்றைத் தனியே வைத்துக் கொண்டான். ஆனால் தன் முன்பு அமர்ந்திருந்த தன் சகோதரர்கள் பட்சணங்களையெல்லாம் தாமே உண்டதைப் பார்த்தான். 'அம்மாவை மறந்து விட்டார்களே!" என்று எண்ணினான், ஆனால் அடுத்த நிமிஷமே அவனுடைய புத்தி மாறிவிட்டது. "வயசான அம்மாவுக்கு இதெல்லாம் எதற்கு? நமக்கு அவள் பட்சணம் ஒன்றும் பண்ணிக் கொடுக்கிறது இல்லையே !" என்று எண்ணியவன் அந்தப் பட்சணங்களையெல்லாம் தின்றுவிட்டான்.

சந்திரனோ வடை, அப்பளம், வாழைப்பழம், மாம்பழம், லட்டு ஒன்றையும் தின்னாமல் அம்மாவுக்காக எடுத்து வைத்துக்கொண்டான், "அம்மா பாவம், எங்கே போவாள்? நாமாவது யார் வீட்டில் கல்யாணம் நடந்தாலும் போய்ச் சாப்பிட முடியும்" என்று எண்ணி அவற்றை ஜாக்கிரதையாகத் தனியே வைத்துக் கொண்டான்.

சாப்பாடு முடிந்தது, எல்லோரும் தங்கள் தங்கள் வீட்டுக்குப் போனார்கள். சூரியன் முதலிய நான்கு பிள்ளைகளும் தம் வீட்டை அடைந்தார்கள்.

அவர்களைக் கண்டவுடன் அம்மா. "எனக்கும் பட்சணம் கொண்டு வந்தீர்களா?" என்று கேட்டாள்,

"அங்கே பட்சணமே போடவில்லை" என்று சூரியன் பொய் சொன்னான்,

"எல்லாருக்கும் போட்டார்கள், நான் ஒரு மூலையில் உட்கார்ந்திருந்தேன். எனக்குப் போட மறந்து விட்டார்கள் கேட்க வெட்கமாக இருந்தது" என்றான் வாயு.

“பட்சணம் மிகவும் கொஞ்சமாகத்தான் போட்டார்கள். அதை நானே தின்றுவிட்டேன்" என்றான் வருணன்

சந்திரன் மட்டும், "அம்மா, உனக்கு எல்லாவற்றையும் கொண்டு வந்திருக்கிறேன்'' என்று சொல்லி அவற்றை அம்மாவிடம் தந்தான், அவள்

அவற்றில் பாதியைத் தின்றுவிட்டு மிச்சத்தைச் சந்திரனுக்கே கொடுத்தாள்."நீ தான் அப்பா, நல்ல பிள்ளை" என்று அவனுக்கு முத்தம் கொடுத்தாள். மற்றவர்களைக் கண்டு அவளுக்குக் கோபம் உண்டாயிற்று.

"நான் ஒருத்தி இருக்கிறேன் என்று நீங்கள் மூன்று பேரும் அடியோடு மறந்து வீட்டீர்களே! உங்களை எப்படியெல்லாம் செல்லமாக வளர்த்தேன்! நீங்கள் இப்படிச் செய்ததற்குக் கடவுள் உங்களைச் சும்மா விடமாட்டார். நீங்கள் மூன்று பேரும் எனக்கு வஞ்சகம் செய்தமையால் உங்கள் மூன்று பேரையும் ஜனங்கள் வையட்டும். சந்திரனை எல்லாரும் மகிழ்ச்சியுடன் ஏற்று வாழ்த்தட்டும்" என்று தாய் சொன்னாள்.

அதனால்தான் சூரியன் அதிகமாகத் தகிக்கும் போது, “பாழும் சூரியன் எப்படிக் கொளுத்துகிறான்!" என்று மக்கள் சொல்கிறார்கள். அப்படியே காற்றுப் புயலாக வீசினால், "இதென்ன பேய்க்காற்று. மோசமாக அடிக்கிறதே!" என்கிறார்கள். அதிக மழைபெய்தால், "என்னடா இது?பேய் மழையாக இருக்கிறதே! இந்தப் பாழும் மழை விடாதா?" என்று கடிந்து கொள்கிறார்கள்.

ஆனால் சந்திரன் நிலா வீசும்போது குழந்தைகளும் முதியவர்களும் ஆண்களும் பெண்களும் மகிழ்கிறார்கள்.

(நாடோடிக் கதையைத் தழுவியது)

கூடும் ஓடும்

ஒரு நத்தை தன் முதுகின்மேல் தன் கூட்டைத் தூக்கிக்கொண்டு மெல்ல ஊர்ந்து கொண்டிருந்தது. தலையில் இரண்டு கம்பிபோல இருந்த கொம்பை நீட்டிக் கொண்டு நிதானமாகப் போயிற்று. அப்போது ஓர் ஆமை அங்கே மெல்ல நகர்ந்து வந்தது. அதன்மேல் சிறிய பாறை போன்ற ஓடு இருந்தது. தன் முதுகிலிருந்து எடுக்க முடியாமல் ஒட்டிக் கொண்டிருந்த அந்த ஓட்டை விட்டுவிட்டுக் குசாலாக நடக்க முடியவில்லையே என்று ஆமை வருத்தப் பட்டது. அப்போது நத்தை கண்ணில் பட்டது 'அடேயப்பா! இது தன் வீட்டையே தூக்கிக் கொண்டு நடக்கிறதே!" என்று ஆச்சரியப் பட்டது.

அந்த நத்தையைப் பார்த்து, "தம்பி, நீ ஏன் இந்த வீட்டைச் சுமந்துகொண்டு திரிகிறாய்?" என்று ஆமை கேட்டது. நத்தைக்கும் தனியே இருக்க முடியவில்லையே என்ற வருத்தம் மனசுக்குள் இருந்தது. "அண்ணா, இந்தக் கூட்டை என்னால் விட முடியாதே!" என்று தன் துயரத்தை நத்தை சொல்லியது.

"அது சரி அண்ணா, நீ ஏன் இந்தக் கனமான ஓட்டைச் சுமக்கிறாய்?" என்று அது ஆமையைக் கேட்டது.

அது என் தலைவிதி. நீ கூட்டைச் சுமக்கிறாய்; நான் ஓட்டைச் சுமக்கிறேன். இதைச் சுமந்து கொண்டு வேகமாக நடக்கவே முடியவில்லை. எனக்கு நாலு கால் இருந்தாலும் மனம் போல வேகமாக எட்டி வைத்து நடப்பதற்கு மிகவும் கஷ்டமாக இருக்கிறது" என்றது ஆமை.

"நானும் அப்படித்தான் அண்ணா என்னாலும் வேகமாகப் போக முடியவில்லை. உனக்காவது நாலு கால்கள் இருக்கின்றன. எனக்குக் காலே இல்லை. வயிற்றிலே ஊர்ந்து போகிறேன் இந்தச் சுமையையும் சுமந்துகொண்டு போகவேண்டியிருக்கிறது" என்று நத்தையும் தன் துயரத்தைக் கூறியது.

அப்போது ஒரு மரவட்டை அங்கு வந்தது. அதை ஆமையும் நத்தையும் பார்த்தன அந்த மரவட்டையின் தலை மத்தாப்புக் குச்சியின் நுனி போலச்சிவப்பாக இருந்தது. எத்தனை கால்கள்! அது நகரும்போது மிகவும் குட்டையான ரெயில் மெல்லப் போவது போல இருந்தது.

நத்தை, “ஆமையண்ணா, அந்தப் பிராணியைப் பார். எவ்வளவு அழகாக இருக்கிறது!" என்றது. "அதன் மேலே ஒரு பாரமும் இல்லையே" என்று ஆமை சொல்லி ஆச்சரியம் அடைந்தது.

“அதற்குக் கால்கள் எத்தனை பார் அண்ணா! அடேயப்பா! இத்தனை கால்களைக் கொண்டு அது வேகமாக ஓட முடியும் என்று நினைக்கிறேன்" என்று நத்தை வியப்புடன் சொல்லியது.

அந்த இரண்டும் அந்த மரவட்டைக்கு அருகில் போயின. "ஐயா, உங்கள் பேர் என்ன? பார்க்க மிகவும் அழகாக இருக்கிறீர்களே!" என்று ஆமை கேட்டது.

"என் பேர் மரவட்டை இதென்ன, உங்கள் இரண்டு பேர் முதுகிலும் இவ்வளவு பெரிய சுமை?" என்று கேட்டது.

"அதை ஏன் சொல்கிறீர்கள்? பிறக்கிறபோதே இந்தச் சுமையோடுதான் பிறந்தோம். நீங்கள் பாக்கியசாலி ! உங்களுக்கு ஒரு சுமையும் இல்லை. ளுக்குக் கால்கள் நிறைய இருக்கின்றனவே!

“நீங்கள் வேகமாக ஓடுவீர்கள் அல்லவா?" என்று ஆமை கேட்டது,

அவை இரண்டும் தன்னைக் கண்டு ஆச்சரியம் அடைந்து, மரியாதையுடன் பேசுவதைப் பார்த்து அந்த மரவட்டைக்குக் கர்வம் உண்டாயிற்று,

"உங்கள் பேர் என்ன?” என்று அவற்றைப் பார்த்துக் கேட்டது.

"என் பேர் ஆமை", "என் பேர் நத்தை' என்று இரண்டும் சொல்லின.

"நீங்கள் வேகமாக நடக்க முடியும்; எங்களால் முடியாது. உங்கள் வேகத்தைக் கொஞ்சம் காட்டுங்கள். எங்களால் வேகமாக ஓட முடியா விட்டாலும் உங்கள் வேகத்தைக் கண்டாவது மகிழ்ச்சி அடைகிறோம்" என்று இரண்டும் கூறின. மரவட்டையின் அழகைக் கண்டு பிரமிப்படைந்த அவற்றிற்கு அது வேகமாகப் போவதையும் கண்டு களிக்க வேண்டும் என்ற ஆசை உண்டாயிற்று.

ஆனால் மரவட்டைக்கு வேகமாகப் போக முடியாது. அதுவும் மெதுவாகத்தான் ஊர்ந்து செல்லும் என்ற உண்மை ஆமைக்கும், நத்தைக்கும் தெரியாது. கால் நிறைய இருப்பதனால் அது வேகமாக ஓடும் என்று நினைத்துக் கொண்டிருந்தன.

"எனக்கு வேகமாக நடக்க முடியாது" என்று உண்மையைச் சொல்லித் தன் பெருமையைக் குறைத்துக் கொள்ள மரவட்டை விரும்பவில்லை. "இப்போதுதான் வயிறு நிரம்பச் சாப்பிட்டேன்; ஆகையால் இப்போது வேகமாக நடக்க முடியாது" என்று சொல்லி வைத்தது. ஆமையும் நத்தையும் அதையும் உண்மையென்று நம்பின.

அப்போது ஒரு காக்கை அங்கே தத்தித் தத்தி வந்தது. அது மிகவும் கூர்மையான மூக்கை உடையதாக இருந்தது. கீழே இருந்த புழு பூச்சி களைக் கொத்தியது. அது இந்தப் பிராணிகளுக்குப் பக்கத்தில் வந்த போது, ஆமை அவசரமாகத் தன் தலையையும் காலையும் சுருக்கி ஓட்டுக்குள் மறைத்துக் கொண்டு, சிறிய கல்லைப் போல் கிடந்தது, நத்தையும் ஓட்டுக்குள் புகுந்து சொண்டு உருண்டைக் கல்லைப்போலக் கிடந்தது. மரவட்டையோ சுருண்டு படுத்துக் கொண்டது.

காக்கை அங்கே வந்து ஆமையைச் சிறிய கல் என்று எண்ணி அதை ஒன்றும் செய்யவில்லை. அப்படியே நத்தையையும் ஒரு விதமான கல்லென்று நினைத்து அதன் பக்கத்திலும் போகவில்லை, ஆனால் மரவட்டையைக் கண்டதும் லபக்கென்று அதைக் கொத்திக்கொண்டு போய்விட்டது.

சிறிது நேரம் கழித்து ஒரு சந்தடியும் இல்லாமல் இருக்கவே, மெல்ல ஆமை தலையையும் கால்களையும் வெளியில் நீட்டி நகரத் தொடங்கியது. நத்தையும் கூட்டிலிருந்து வெளிப்பட்டது. 'ஆமை அண்ணா ! அந்தக் காக்கையைக் கண்டு மிகவும் பயமாகப் போய்விட்டது. என் கூட்டுக்குள் ஒளிந்து கொண்டேன்" என்றது நத்தை.

"ஆமாம் தம்பி, நான் கூடத்தான் பயந்து போனேன். என் ஓட்டுக்குள் மறைந்து கொண்டேன். அது சரி; அந்த மரவட்டை எங்கே? காணவில்லையே !" என்றது.

“அந்த மரவட்டையைக் காக்கை கொத்திக் கொண்டு போய் விட்டதென்று தோன்றுகிறது: அது முனகுவது என் காதில் கேட்டது" என்றது. நத்தை.

'நல்ல வேளை! நாம் தப்பினோம் ! இந்த ஓடும் கூடும் பெரிய சுமை என்று வருந்தினோமே; இவை இல்லாவிட்டால் நம்மை அந்தக் காக்கை என்ன பாடு படுத்தியிருக்குமோ? மரவட்டையின் கதிதான்

நமக்கும் நேர்ந்திருக்கும்" என்று சொல்லிப் பெருமூச்சு விட்டது ஆமை, "ஆம் அண்ணா! நீ சரியாகச் சொன்னாய். இந்த நம் பாதுகாப்பை நாம் சுமை என்று நொந்து கொண்டது தவறு" என்று நத்தையும் சொல்லி, ஆமையோடு சேர்ந்து மெல்ல நகர்ந்தது.

இரண்டு யானைகள்

கேரள நாட்டு அரசன் அவன். அடிக்கடி யானையின்மேல் ஏறி உலா வருவான். அவனிடத்தில் இருந்த யானை ஆண் யானை, களிறு. அந்த ஊரில் உள்ள கிருஷ்ணன் கோயிலிலும் ஒரு யானை இருந்தது. அது பெண் யானை; பிடி.

ஒரு நாள் அரசன் யானையின்மேல் ஏறி வரும் போது கோயிலின் பக்கமாகப் போனான். அப்போது கோயிலில் உள்ள பெண் யானையை வெளியில் நிறுத்தி பிருந்தார்கள். அந்தப் பக்கமாக வந்த அரசனுடைய யானை அங்கே நின்றது. பெண் யானையைக் கண்டதனால்தான் அவ்வாறு நின்றது.

அந்த யானை கன்றாக இருந்தது முதல் அரசனிடம் இருந்தது. அது நாட்டிலே வளர்ந்ததே அன்றிக் காட்டை அறியாதது, ஊர் தெரியும்; கோவில் தெரியும்;காடு தெரியாது.

பிடியைக் கண்டவுடன் அதற்கு ஒரு கிளுகிளுப்பு உண்டாயிற்று, அரசன், நடந்து கொண்டிருந்த களிறு கோயிலுக்கருகில் நின்றதைக் கண்டான். அதை உசுப்பி ஓட்டினான். அது நகராமல் அங்கே நின்றது.

கோயில் யானை மெல்ல அதன் அருகே வந்தது. அது மிகவும் சாதுவான யானை. மக்கள் அதனிடம் அச்சமின்றிப் பழகினார்கள், யாரேனும் குழந்தை வந்தால் மாவுத்தன் அந்தக் குழந்தைக்கு அருகே யானையைக் கொண்டு வந்து நிறுத்துவான். அது தன் துதிக்கையைத் தூக்கிக் குழந்தையின் தலையின் மேல் தடவும். அதனால் குழந்தைக்கு நன்மை உண்டாகும் என்று மக்கள் நம்பினார்கள். யானை தடவியபிறகு அதன் துதிக்கையில் கால் ரூபாய், அரை ரூபாய் கொடுப்பார்கள். அது வாங்கி மாவுத் தனிடம் கொடுக்கும். இது அவனுக்குக் கிடைக்கும் சிறிய வருவாய்

அரசனுடைய களிறு நின்றபோது கோயில் பிடி அதை அணுகியது. அரசனுடைய களிற்றைத் தடவியது. இரண்டு யானைகளும் துதிக்கைகளைச் சேர்த்து இன்புற்றன. அயலில் இருந்தவர்களெல்லாம் வேடிக்கை பார்த்தார்கள். சிலர் இரண்டு யானைகளுக்கும் தேங்காய் வாழைப்பழம் தந்தார்கள்.

அரசனுடைய யானை அவற்றைத் தின்றது; பிடியும் தின்றது.

அரசனுக்கு நெடுநாளாகக் குழந்தை இல்லை. கிருஷ்ணனை அன்புடன் வேண்டிக்கொண்டால் எல்லாம் கிடைக்கும் என்று ஜனங்கள் சொல்லிக் கொண்டார்கள். அப்படி வேண்டிக்கொண்டு சிலருக்கு விருப்பங்கள் பூர்த்தியாகியிருக்கின்றனவாம். அரசன் தனக்கு ஒரு குழந்தை வேண்டுமென்று வேண்டிக்கொண்டான், அவனுடைய மனைவியாகிய அரசி தனக்குக் குழந்தை பிறந்தால் கிருஷ்ணபகவானுக்கு ஒரு யானை வாங்கி விடுவதாகப் பிரார்த்தனை செய்து கொண்டாள். யானைக்குப் பத்தாயிரம் விலை, இருந்தால் என்ன? அவர் களுடைய குலத்தை விளக்க ஒரு குழந்தை பிறந்தால் எவ்வளவு வேண்டுமானாலும் கொடுக்கலாமே!

அரசன் தன்னுடைய யானையும் கோயில் யானையும் நெருங்கி அளவளாவுவதைக் கண்டான். அந்தக் காட்சி அவனுக்கு மகிழ்ச்சியையே உண்டாக்கியது.

சிறிது நேரம் அங்கே நின்றவன் பிறகு தன் யானையை ஓட்டிக்கொண்டு போனான். அது முதல் ஒவ்வொரு நாளும் அவன் தன் யானையின்மேல் ஏறி வரும்போது கோயிலுக்கு அருகில் நிறுத்துவான். கோயில் யானை வரும், இரண்டு யானைகளும் கொஞ்சிக் குலாவும், அரசனுக்கும் மகிழ்ச்சி உண்டாகும்.

அன்று கோயிலில் ஏதோ விசேஷம், கோயில் யானைக்கு நன்றாக அலங்காரம் பண்ணினார்கள். அதை வெளியிலே கொண்டு வந்து நிறுத்தினார்கள். உற்சவ மூர்த்தியை அதன் மேல் எழுந்தருளப் பண்ணி ஊர்வலம் விட்டார்கள். அப்போது அரசன் அந்த ஊர்வலத்தில் கலந்துகொண்டான், களிற்றின்மேல் ஊர்ந்து வந்தான். பிடியின் மேல் கிருஷ்ணனும் களிற்றின்மேல் அரசனும் இருந்தார்கள். இரண்டு யானைகளும் ஊர்வலமாக வரும் போது மக்களுக்கு அந்தக் காட்சியைக் கண்டு ஒரே கோலாகலமாக இருந்தது.

ஊர்வலம் முடிந்து கிருஷ்ணன் மீண்டும் கோயிலை அடைந்தான்.அரசனும் தன் களிற்றின் மேல் கோயிலுக்கு வந்து சேர்ந்தான். ஊர்வலம் முடிந்தது; இனி யானையை அரசன் அரண்மனைக்கு ஓட்டிச் செல்ல வேண்டியதுதான்.

ஆனால் அவன் யானை அங்கிருந்து நகர மறுத்தது. யானைப் பாகன் அதை என்ன பண்ணினாலும் அது அரண்மனையை நோக்கிச் செல்லவில்லை.

அரசன் இதைப் பார்த்தான். அவனுக்கு என்ன தோன்றிற்றோ தெரியவில்லை. யானையனின்றும் கீழே இறங்கினான், "இந்த யானையும் கோயிலிலே இருக்கட்டும்" என்று சொல்லி அதைக் கோயிலிலே விட்டுவிட்டான். இப்போது கோயிலில் இரண்டு யானைகள் இருக்கலாயின.

அந்த இரண்டும் மிகவும் மகிழ்ச்சியோடு கூடிக் குலாவின. சில காலம் கழித்து அந்தப் பெண் யானை கருவுற்றது. அதற்கு ஒரு கன்று பிறந்தது. அதே சமயத்தில் அரசியும் கருவுற்றாள், அவளுக்கு ஆண் குழந்தை பிறந்தது. குழந்தை பிறந்தால் கிருஷ்ணனுக்கு யானை வாங்கி விடுவதாகப் பிரார்த்தனை செய்து கொண்டவள் அல்லவா? குழந்தை பிறந்ததும், தான் நேர்ந்து கொண்டதை அரசனிடம் சொன்னாள். "நீ குழந்தை பிறந்தால் யானையை வாங்கி அர்ப்பணம் பண்ணுவதாக வேண்டிக் கொண்டிருக்கிறாய் நான் முன்பே என் யானையைக் கோயிலுக்குக் கொடுத்துவிட்டேன். கிருஷ்ணன் இந்த யானையைப் பெற்றுக் கொண்ட பிறகே உனக்குக் குழந்தையை அருளியிருக்கிறான்,

நீ வேண்டிக் கொண்டது தெரியாமலே யானையை அவனுக்குக் கொடுத்துவிட்டேன். ஒரு வகையில் உன் பிரார்த்தனையைச் செலுத்தியாயிற்று, கிருஷ்ணன் கண்கண்ட தெய்வமாகையால் என்னிடமிருந்து யானையை வாங்கிக் கொண்டு நமக்கு ஒரு குழந்தையைக் கொடுத்திருக்கிறான்" என்று மிக்க மகிழ்ச்சியோடு சொன்னான். அதைக் கேட்டஅரசிக்கும் ஆனந்தம் உண்டாயிற்று.

அந்தக் குழந்தைக்குக் கஜேந்திரன் என்று பெயர் வைத்தார்கள்.

அது முதல் கிருஷ்ணன் திருவீதியில் எழுந்தருளும் போது இரண்டு யானைகளும் அந்த ஊர்வலத்தில் வந்தன. ஆண் யானை கம்பீரமாக முன்னே செல்ல, பின்னே பெண்யானையின் மேல் கிருஷ்ணன் பவனி வருவது வழக்கமாகிவிட்டது, கோயிலில் இப்போது இரண்டு யானைகளும் ஒரு யானைக் கன்றும் இருந்தன. அரண்மனையிலும் அரசனையும் அரசியையும் மகிழவைத்துக் கொண்டு. கஜேந்திரன் வளர்ந்தான், கிருஷ்ணன் கண் கண்ட தெய்வம் என்பது உறுதியாயிற்று.

குரங்கு உபவாசம்

ஒரு காட்டில் ஒரு குரங்கு வாழ்ந்து கொண் டிருந்தது. ஒரு நாள் அந்த வழியே போன சில பக்தர்கள் அந்தக் குரங்கு தங்கியிருந்த மரத்தடியில் சிறிது நேரம் அமர்ந்து பேசிக்கொண் டிருந்தார்கள். "நாளைக்கு அடுத்த நாள் ஏகாதசி. அன்று நான் உபவாசம் இருப்பேன். மறுநாள் துவாதசி; அன்று காலையில்தான் பாரணை செய்வேன்; சாப்பிடுவேன்" என்று ஒருவர் சொன்னார். உபவாசம் இருந்து மறு நாள் சாப்பிடுவதைப் பாரணை என்று சொல்வது வழக்கம். உபவாசம் இருப்பதாகச் சொன்ன பக்தரைப் பார்த்து, "நானும் : ஏகாதசி விரதம் இருப்பவன்தான்; அதனால் எவ்வளவோ பலன் உண்டு என்று என் குருநாதர் சொல்லியிருக்கிறார்" என்று மற்றொரு பக்தர் சொன்னார். மேலும் அவர்கள் ஏகாதசி விரதத்தைப் பற்றிப் பேசிக்கொண்டிருந்தார்கள். பிறகு போய்விட்டார்கள்.

அவர்கள் பேசிய பேச்சையெல்லாம் குரங்கு கேட்டுக் கொண்டிருந்தது. அதற்கு, 'நாமும் ஏன் உபவாசம் இருக்கக் கூடாது ?' என்று தோன்றியது. 'உண்ண வேண்டும் என்றால்தானே பழத்தையும் காயையும் தேடவேண்டும் ? பட்டினியிருந்து விரதம் காப்பதற்கு என்ன வேண்டும்? விரதம் இருப்பதனால் எத்தனையோ பலன் உண்டு என்று அவர்கள் சொன்னார்கள். நாமும் விரதம் இருந்து அந்தப் பலனைப் பெறலாம்' என்று தீர்மானம் செய்தது.

நல்ல வேளையாக அடுத்த நாளுக்கு அடுத்த நாளே ஏகாதசி வந்தது. பக்தர்கள் பேசிக்கொண்டதிலிருந்து குரங்குக்கு அது தெரிய வந்தது. ‘எப்படியும் உபவாசம் இருந்து பார்த்து விடுவது' என்று அது உறுதி செய்துகொண்டது.

ஏகாதசி வந்தது. குரங்கு உபவாசம் இருந்தது. மரங்களில் தங்கியிருந்தால் எதையாவது பறித்துத் தின்ன வேண்டும் என்ற ஆசை தோன்றலாம். ஆகையால் மரம் இல்லாமல் இருந்த ஓர் இடத்துக்குப் போய் உட்கார்ந்து கொண்டது காலையில் சூரியன் தோன்றி இரண்டு மணி நேரம் ஆயிற்று. குரங்குக்குப் பசி எடுத்தது. 'சே! இந்தப் பசியை நாம் லட்சியம் பண்ணக்கூடாது. ஒவ்வொரு நாளும் நாம் காயையும் கனியையும் தின்று தின்று எதைக் கண்டோம்? இன்று எப்படியாவது இந்தப் பசியைப் பொறுத்துக் கொண்டு, விரதம் இருந்து வெற்றி பெறவேண்டும்' என்று அது தீர்மானமாக இருந்தது.

'இன்று முழுவதும் பட்டினி கிடந்தால் நாளைக்குத் தின்னப்போகும் கனியோ காயோ மிகவும் ருசியாக இருக்கும்' என்ற எண்ணம் அதற்கு உண்டாயிற்று. 'சே! அதைப் பற்றி இப்போது எண்ணுவானேன்? இன்றைக்கு விரதம் இருப்பதைப் பற்றியே எண்ணுவோம். விடாப்பிடியாக விரதம் இருந்தே தீருவோம்' என்று மறு எண்ணம் எழுந்தது.

மறுபடியும் அது எண்ணமிட்டது. உபவாசம் என்பது உண்ணாமல் இருப்பதுதானே ? உணவைப் பற்றி எண்ணாமல் இருப்பது அல்லவே? எப்படியும் நாளைக்கு எதையாவது தின்னப் போகிறோம். அதைப்பற்றி இப்போது நினைத்தால் என்ன ? அதனால் விரதம் கெட்டுப் போகுமா ? அந்த மனிதர்கள் விரதத்தைப் பற்றிச் சொன்னபோது பாரணை பற்றியும் சொன்னார்களே!' என்று நினைத்தது.

பிறகு அடுத்த நாள் நல்ல பழங்களாகத் தின்ன வேண்டும் என்பதைப் பற்றியே நினைத்துக் கொண்டிருந்தது.

அடுத்தபடி அதற்கு ஒரு யோசனை தோன்றியது. 'நாளைக்கு எப்படியும் காலையில் பாரணை பண்ணவேண்டும். இப்படியே இங்கே தங்கினால் நாளைக்கு ஏதாவது மரத்தில் ஏறித்தானே பழத்தைப் பறித்து உண்ணவேண்டும்? இப்போதே அந்த மரத்தின் அடியில் போய்த் தங்கினால் என்ன ? நாளைக்கு விடிந்தவுடனே மரத்தின்மேல் ஏறிப் பழத்தைத் தின்னலாமே! இங்கிருந்து மரம் வரைக்கும் போகிற காலம் வீணாகாமல் இருக்குமே !"

உடனே அது நிறைய மாம்பழங்கள் இருந்த ஒரு மாமரத்தைத் தெரிந்து கொண்டு அதனடியில் போய்ப் படுத்துக்கொண்டது. இப்போது அதற்குப் பசி அதிகமாயிற்று.

மறுபடியும் அதற்குப் புதிய எண்ணம் ஒன்று எழுந்தது. 'இந்த மரத்தடியில் படுத்துக் கிடப்பதில் என்ன லாபம் ? மரத்தின் மேலே ஏறி ஏதாவது பழம் இல்லாத கிளையில் படுத்திருந்தால் விடிந்தவுடன் பழமுள்ள கிளைக்குப் போகலாமே!

இந்த எண்ணம் தோன்றியவுடன் குரங்கு மெல்ல மரத்தில் ஏறிக் கிளைகள் பிரியும் இடத்தில் உட்கார்ந்து சாய்ந்து கொண்டது. அதன் வயிறு கப கப என்று பசித்தது.

"அட! இந்த வயிறு என்ன இப்படிப் பசிக்கிறது? ஏ வயிறே! நீ சும்மா இரு ! நாளைக்கு உனக்கு இரண்டு பங்கு உணவு தருகிறேன்" என்று சொல்லிக் கொண்டது குரங்கு.

அது மறுநாள் பழம் தின்னுவதையே எண்ணிக் கொண்டிருந்தது. 'ஆமாம்; நாளைக்கு எப்படியும் பழம் உள்ள கிளைக்குத்தானே போய்ப் பழத்தைப் பறிக்க வேண்டும்? இப்போதே அந்தக் கிளையில் போய் உட்கார்ந்து கொண்டால் என்ன? பழம் கண்ணில் படக்கூடாது என்று நாம் விரதம் இருக்க வில்லையே!' இப்படி எண்ணி அது பழங்கள் நிறைய இருந்த கிளைக்குச் சென்று அமர்ந்தது. சிறிது தூங்கிப் பசியை மறக்கலாம் என்று கண்ணை மூடினால் தூக்கமே வரவில்லை. பசி அதிகமாகியது.

'பழத்துக்குப் பக்கத்தில் போய் உட்காரலாம். அதனால் விரதம் கெட்டுவிடாது' என்று அந்தக் கிளையில் தொங்கிய பெரிய பழத்துக்குப் பக்கத்தில் போய் உட்கார்ந்து கொண்டது. அதன் மணம் மூக்கைத் துளைத்தது. அடுத்தபடி, இதைத் தொட்டுக் கொண்டிருக்கலாமே! தொடக் கூடாது. என்பது நம் விரதம் அல்லவே!' என்ற எண்ணத்தால் அந்தப் பழத்தைக் கையால் தொட்டுக் கொண்டே இருந்தது. இப்போதே இதைப் பறித்துத் தின்ன வேண்டும்' என்ற ஆவல் எழுந்தாலும் குரங்கு அதை அடக்கிக்கொண்டு பொறுமையாக இருந்தது. வயிற்றில் பசியோ நெருப்புப்போல எழுந்து வளர்ந்தது.

'இந்தப் பழத்தை நாளைக்கு எப்படியும் பறித்துத் தானே தின்ன போகிறோம்? இப்போதே பறித்து மடியில் வைத்துக் கொள்ளலாமே! அதனால் விரதம் கெட்டுப் போகாதே!'

இப்படி எண்ணியவுடன் பழத்தைப் பறித்து மடியில் வைத்துக்கொண்டது.

அதற்குப் பிறகும் அதன் யோசனை வளர்ந்தது. இந்தப் பழத்தைக் காம்பு, முனை எல்லாம் நீக்கி விட்டுத் தின்பதுதான் நல்லது. நாளைக்கு அந்தக் காரியத்தைச் செய்வதைவிட இன்றைக்கே செய்தால் என்ன? மனிதர்கள் துவாதசிப் பாரணைக்காக முதல் நாளே கறிகாய்களை நறுக்கி வைத்துக் கொள்வார்களாமே!

அந்த எண்ணம் தீவிரமாக எழவே, குரங்கு மாம்பழத்தின் காம்பைக் கடித்தது. கொஞ்சம் அழுத்தமாகவே கடித்து விட்டது. காம்போடு

சிறிது பழத்தின் பகுதியையே கடித்துவிட்டது. அதன் சாறு வாயில் பட்டது. அது எத்தனை இனிமையாக இருந்தது!

அடடா! என்ன காரியம் செய்தோம்! இந்தப் பழத்தின் ஒரு பகுதியையே கடித்து ருசி பார்த்து விட்டோமே! நம்முடைய விரதம் கெட்டுவிட்டதே! இனிமேல் விரதம் இருந்து என்ன பிரயோசனம்? ருசி பார்த்ததும் பார்த்தோம்; இனிமேல் இதைத் தின்று விட வேண்டியதுதான்' என்று அந்தப் பழத்தைத் தின்றுவிட்டது. வேறு பழங்களையும் வயிறாரத் தின்றது.

'சீ! இந்த மனிதர்கள் அநாவசியமாகப் பட்டினியிருந்து தங்களைக் கொன்று கொள்கிறார்கள்!' என்ற ஞானோதயம் அதற்கு அப்போது ஏற்பட்டது.

வெள்ளைப் பூனை

ஒரே ஓர் ஊரில் ஒரு ராஜா. அவனுக்கு மூன்று பிள்ளைகள். மூத்தவர்கள் இருவருக்கும் கல்யாணம் ஆகிவிட்டது. கடைசிப் பிள்ளை வீரசிம்மனுக்கு ஆகவில்லை. "எனக்குப் பிடிக்கிற மனைவியை நானே தேடிக்கொள்கிறேன்" என்று அவன் சொல்லிவிட்டான். அவனுடைய தகப்பனார் அவன் விருப்பப்படியே நடக்கட்டும் என்று இருந்து விட்டார்.

ஒரு நாள் வீரசிம்மன் தன் ஊருக்குப் பக்கத்தில் இருந்த காட்டுக்குப் போனான், அங்கே ஒரு பெரிய ஆலமரம் இருந்தது. அதன் அடியில் ஆள் நுழையும் அளவுக்குப் பெரிய பொந்து இருந்தது. அங்கே ஒரு வெள்ளைப் பூனை, "மியாவ்!மியாவ்!" என்று கத்திக் கொண்டிருந்தது. தும்பைப் பூப் போலச் சுத்த வெள்ளையாக இருந்த அதை வீரசிம்மன் பார்த்தான். அதன் அருகில் சென்று எடுத்தான், அது ஒன்றும் செய்யவில்லை. அவனோடு ஒட்டிக் கொண்டது.

அந்தப் பூனையை அவன் எடுத்துக் கொண்டு தன் அரண்மனைக்கு வந்தான். அதன் அழகில் அவன் சொக்கிப் போனான், அதைத் தடவிக் கொடுத்தான். பாலும் பழமும் கொடுத்து உண்ணச் செய்தான். அதை மடியில் வைத்துக் கொண்டு கொஞ்சினான். அதற்கு முத்தம் கொடுத்தான்.

அந்தப் பூனை சாதுவாக இருந்தது. எலியைக் கண்டால் துரத்துவதில்லை. அதற்கு எலியை உண்ணப் பிடிக்காது என்று தோன்றியது. வீரசிம்மன் கொடுத்த பாலை உண்டது. அவன் அதற்கு நெய்யும் சோறும் கலந்து ஊட்டினான். அது சந்தோஷமாகச் சாப்பிட்டது.

ஒரு நாள் அது அங்கிருந்து ஓடியது. வீரசிம்மன் அதன் பின்னே போனான். பழைய ஆலமரப் பொந்துக்குள் அது நுழைந்தது, அவனும் அதன் பின்னாலே சென்றான். உள்ளே போனபோது ஒரு படிக்கட்டு இருந்தது.பூனை அதன் வழியே கீழே இறங்கியது. கீழே தரை இருந்தது. என்ன ஆச்சரியம்! பூனை அங்கே போனவுடன் ஓர் அழகிய பெண்ணாக மாறிவிட்டது. "அரசகுமாரரே, என் னுடன் வாருங்கள்" என்று அந்தப் பெண் அழைத்தாள்.

வீரசிம்மன் அந்தப் பெண்ணைத் தொடர்ந்து சென்றான். அங்கே ஒரு பெரிய ஊர் இருந்தது. அந்த ஊரின் நடுவில் ஓர் அரண்மனை இருந்தது அந்தப் பெண் அவனை அங்கே அழைத்துக் கொண்டு

போனாள். அவளைக் கண்டு எல்லாரும் முகமலர்ச்சியுடன் வரவேற்றார்கள். அரண்மனையில் ஓர் அரசனும் அரசியும் இருந்தார்கள். வீரசிம்மனை அழைத்துச் சென்ற அந்தப் பெண் அவர்களிடம் போனாள். வீரசிம்மனைக் காட்டி, "இவர் என்மேல் மிகவும் பிரியமாக இருக்கிறார். உங்களுக்குக் காட்ட வேண்டுமென்று அழைத்து வந்தேன்" என்றாள்.

வீரசிம்மனுக்கு அரண்மனையையும் அரசனையும் அரசியையும் பார்த்து ஆச்சரியம் உண்டாற்று. 'இந்த அதிசயப் பெண் ஏன் பூனையாக இருந்தாள்?" என்று எண்ணினான்.

அந்தப் பெண்ணினுடைய தாய் தந்தையர் வீரசிம்மனை அன்புடன் வரவேற்று அமரச் சொன்னார்கள். வெல்வெட்டு மெத்தை தைத்த ஆசனத்தைக் காட்ட, அதில் உட்கார்ந்து கொண்டான்.

"உங்களைப் பார்த்ததில் எங்களுக்கு மிகவும் சந்தோஷம். எங்கள் பெண்ணை நீங்கள் எப்படிச் சந்தித்தீர்கள்?" என்று அரசன் கேட்டான்.

அழகான பூனையாக இருந்தாள். எடுத்துக் கொண்டு போனேன். இவள் ஏன் பூனையாக மாறுகிறாள்? எனக்கு ஒன்றும் புரியவில்லையே!" என்றான் வீரசிம்மன்.

"ஒரு முனிவர் இங்கே ஓரிடத்தில தவம் செய்து கொண்டிருந்தார். கண்ணை மூடித் தியானத்தில் ஆழ்ந்திருந்தார். இந்தப் பெண் விளையாட்டாக ஒரு பூனையைக் கொண்டு போய் அவர் மடியில் போட்டாள். அவர் கண்ணைத் திறந்து பார்த்தார். இவள் செய்த குறும்பைக் கண்டு கோபம் கொண்டு, 'நீ பூனையாக மாறக் கடவாய்!' என்று சபித்தார். இவள் பூனையாக மாறி எங்களிடம் ஓடி வந்து, "மியாவ்! மியாவ்!' என்று கத்தினாள். விசாரித்ததன் மேல் எங்கள் பெண்ணே பூனையாக மாறிவிட்டாளென்றும், அதற்குக் காரணம் அந்த முனிவர் இட்ட சாபம் என்றும் தெரிந்தது. உடனே நாங்கள் அவரிடம் சென்று அவர் காலில் விழுந்து அந்தச் சாபத்தைப் போக்க வேண்டுமென்று கெஞ்சிக் கேட்டு மன்றாடினோம்."

"அவர் கோபம் மாறிற்றா ?" என்று கேட்டான் வீரசிம்மன்.

"அவர் சிறிது கோபம் ஆறினார்; இவளை மறுபடியும் பெண்ணாக் மாற்றுகிறேன். ஆனால் இவள் மேலே போனால் பூனையாக

மாறிவிடுவாள். இங்கே உங்களுடன் இருக்கும்போது பெண்ணாகவே இருப்பாள் என்றார்."

"அப்புறம் என்ன செய்தீர்கள்?"

நாங்கள் மறுபடியும் அவரை வணங்கி, 'முனிவர் பெருமானே,இப்படி இருந்தால் இவளை யார் கல்யாணம் பண்ணிக்கொள்வார்கள்? இவள் வாழ்வு வீணாகி விடுமே!' என்று புலம்பி அழுதோம்.'

"பிறகு?"

"அவர் மனம் இரங்கி, 'இவளைப் பிரியமாக எடுத்துச் சென்று ஓர் அரச குமாரன் வளர்ப்பான். நான் ஒரு மந்திரக் கோலைத் தருகிறேன். அவனிடம் அந்தக் கோலைக் கொடுங்கள். அவன் தன் அரண்மனைக்குப் பூனையாக உள்ள இவளை அழைத்துப் போய் இந்தக் கோலால் அடித்தால் இவள் பெண்ணாக மாறிவிடுவாள்' என்று சொன்னார்" என்று அந்த அரசன் சொன்னான்.

அவன் சொல்வதைத் திறந்த வாய் மூடாமல் கேட்டுக் கொண்டிருந்தான் வீரசிம்மன்.

பிறகு, "நீங்கள் இங்கே இருந்துவிடுங்கள். இவளை உங்களுக்குக் கல்யாணம் பண்ணித் தருகிறேன். நீங்கள் உங்கள் ஊருக்குப் போக வேண்டாம். நீங்கள் இருவரும் இங்கே இருந்தால் இவள் பூனையாக வேண்டிய அவசியம் இல்லை' என்று அரசன் சொன்னான்.

"எங்கள் தாய் தந்தையரை விட்டு நான் எப்படி இங்கே தங்கமுடியும்?" என்று வீரசிம்மன் கேட்டான்.

அப்படியானால் அந்த முனிவர் சொன்னபடி தான் நடக்க வேண்டும் போல் இருக்கிறது. என்ன செய்வது ? நீங்கள் இவளை அழைத்துக்கொண்டு போய் உங்கள் ஊரில் அந்த முனிவர் சொன்னபடி செய்யுங்கள், இந்தாருங்கள், அவர் கொடுத்த மந்திரக் கோல்" என்று சொல்லி அரசன் அந்தக் கோலை வீரசிம்மனிடம் கொடுத்தான்.

"கல்யாணத்தை இங்கேயே நடத்தலாமா?" என்று அரசன் கேட்டான்.

“வேண்டாம்.எங்கள் ஊருக்குப் போய் என் னுடைய அப்பா அம்மாவுக்கு முன்னால்தான் கல்யாணம் செய்து கொள்ளவேண்டும்" என்றான் வீரசிம்மன்.

“அந்த அரசனும் அரசியும் தங்கள் பெண்ணைப் பிரிய மனம் இல்லாமல் இருந்தார்கள். என்றாலும்" அவள் எங்கேயாவது கல்யாணம் செய்துகொண்டு சௌக்கியமாக இருந்தால் போதும் என்று எண்ணி வீரசிம்மனுடன் அந்த ராஜகுமாரியை அனுப்பினார்கள்.

கீழேயிருந்து வந்த வழியே சென்று படிகளின் மேல் ஏறி அவர்கள் ஆலமரத்தின் பொந்தை அடைந்தவுடன், அந்தப் பெண் வெள்ளைப் பூனையாக மாறிவிட்டாள். அந்தப் பூனையை எடுத்துக் கொண்டு வீரசிம்மன் தன் அரண்மனையை அடைந் தான்.

அந்தப் பூனை மறுபடியும் பெண்ணாக மாற, அவளைக் கல்யாணம் பண்ணிக் கொண்டு வாழ வேண்டுமென்ற ஆசை அவனுக்கு இருந்தாலும், பூனையை அடிப்பதற்கு அவனுக்கு மனம் வரவில்லை. அந்தப் பூனையை மார்பில் வைத்துக் கொஞ்சினான். முனிவர் சொன்னபடி அதை அடிக்க அவன் பயப் பட்டான். 'ஒருகால் பூனைக்கு உயிர் போய்ப் பெண்ணாகா விட்டால் என்ன செய்வது?" என்னும் எண்ணமும் உண்டாயிற்று.

எவ்வளவு நாளைக்கு அந்தப் பூனையை வைத்துக் கொண்டு கொஞ்சுவது? ஆகவே, 'முனிவர் சொன்னபடியே செய்ய வேண்டும்' என்று தீர்மானித்தான். ஓர் அறைக்குச் சென்று தன் மடியில் பூனையை வைத்துக் கொண்டான். கையில் மந்திரக்கோலை எடுத்துக் கொண்டான். "கடவுளே! முனிவர் வாக்குப் பலிக்க வேண்டும். இந்த பூனை பெண்ணாக மாறவேண்டும். இந்தப் பூனை நான் அடித்துப் பெண்ணாக மாறாமல் செத்துப் போனால் நானும் உயிரை விட்டுவிடுவேன். நீ எனக்குத் துணையாக இருந்து இந்தப் பூனையைப் பெண்ணாக மாறச் செய்யவேண்டும் என்று மனமாரப் பிரார்த்தித்துக் கொண்டான்.

கண்ணை மூடிக்கொண்டு ஓங்கி அந்தக் கோலால் அடித்தான். படார் என்ற சத்தம் கேட்டது. கண்ணை விழித்துப் பார்த்தான். அவன் முன்னே அந்த ராஜகுமாரி புன்னகையுடன் நின்று கொண்டிருந்தாள்!

"அப்பாடி!" என்று பெருமூச்சுவிட்டான். அவள் கையைப் பிடித்து அழைத்துக்கொண்டு தன் தாயார் தகப்பனார் முன் போய் நிறுத்தினான். "இதோ இவளைத் தேடிப் பிடித்துக் கொண்டு வந்திருக்கிறேன். இவளையே கல்யாணம் செய்து கொள்ளப் போகிறேன்' என்றான்.

அந்தப் பெண் மிகவும் அழகியாக இருப்பதை அவர்கள் கண்டார்கள். 'இவளை எங்கே தேடிப் பிடித்தாய்?" என்று கேட்டார்கள்.

"அதெல்லாம் அப்புறம் சொல்கிறேன். முதலில் கல்யாணம் ஆகட்டும்" என்று வீரசிம்மன் சொன் னான்.

கல்யாணம் ஜாம் ஜாமென்று நடந்தது. பிறகு அந்தப் பெண்ணைப் பற்றிய கதையையெல்லாம் தன் அப்பா அம்மாவிடம் வீரசிம்மன் சொன்னான்.

தங்களுக்கு மிகவும் அழகான மருமகன் கிடைத்ததைப் பற்றி அவர்கள் மிகவும் ஆனந்தம் அடைந்தார்கள்.

மலைப்பாம்பும் நரியும்

ஒரு சிறிய குன்றுக்கு அடியில் ஒரு பெரிய காடு. அந்தக் காட்டுக்கு நடுவில் ஒரு பெரிய குளம். குளத்தில் நிறைய மீன்களும் நண்டுகளும் இருந்தன. நண்டுகள் சில சமயங்களில் குளத்தங்கரைக்கு வந்து ஓடிஓடி விளையாடின.

அந்தக் காட்டில் ஒரு பெரிய மலைப்பாம்பு இருந்தது. முயல், மான் குட்டி முதலியவைகளை அது பிடித்து விழுங்கி விடும். சில சமயங்களில் குளத்தங்கரைக்கு வந்து வெளியிலே வந்த நண்டுகளையும் விழுங்கும். நாம் பப்பர் மெட்டுத் தின்கிறது போல அந்த நண்டுகளைத் தின்று ருசி பார்க்கும். நண்டு தின்பதில் அதற்கு அதிகப் பிரியம் வந்து விட்டது.

ஒரு நாள் ஒரு கலைமான் குட்டியைப் பிடித்து அது விழுங்க ஆரம்பித்தது; உடம்பையெல்லாம் விழுங்கிவிட்டது. அந்த மான் குட்டியின் தலையில் கிளைகளோடு கூடிய கொம்பு இருந்தது. அதைப் பாம்பினால் விழுங்க முடியவில்லை, அது உள்ளே போகாமல் வாய்க்குள்ளே நின்று விட்டது. கூர்மையாக இருந்ததால் வாயைக் கிழித்து விட்டது. ரத்தம் கொட்டியது. அந்த வலியை அதனால் பொறுக்க முடியவில்லை.

மெதுவாக ஒரு மரத்தடிக்குப் போய் அந்த மரத்தோடு வாயைத் தேய்த்தது, அப்போதும் மான்கொம்பு வெளியே வரவில்லை. பாம்பு தவியாய்த் தவித்தது,

அப்போது ஒரு நரி வந்து பாம்பைப் பார்த்தது. "என்ன அண்ணே, இப்படி வாயெல்லாம் ரத்தம்?'' என்று கேட்டது.

"தம்பி, தெரியாமல் கலைமான் குட்டியை விழுங்கினேன், கொம்பை விழுங்க முடியவில்லை; வாயைக் கிழித்துவிட்டது. எனக்கு ஓர் உபகாரம் செய்கிறாயா? என்று பாம்பு கேட்டது.

"என்ன செய்ய வேண்டும், சொல்; உடனே செய்கிறேன்" என்றது நரி.

'இந்தக் கொம்பை என் வாயிலிருந்து பிடுங்கி விடவேண்டும்" என்று கெஞ்சியது பாம்பு,

"இதோ, பிடுங்கி விடுகிறேன்' என்று சொல்லவே, பாம்பு ஒரு மரத்தின் அடிக்கு ஊர்ந்து சென்று அதைச் சுற்றிக் கொண்டது. நரி

இழுப்பதற்குச் சௌகரியமாக இருக்கும் என்று அப்படிச் செய்தது. சுற்றிக் கொண்ட பிறகு வாயை ஆ என்று திறந்து காட்டியது. நரி தன் பலம் கொண்ட மட்டும் அந்தக் கொம்பைக் கடித்து இழுத்து வெளியிலே போட்டுவிட்டது.

"தம்பி, நீ செய்த இந்த உபகாரத்தை என்றைக்கும் மறக்க மாட்டேன். என்னாலே உனக்கு ஏதாவது உபகாரம் வேணுமானால் சொல், செய்கிறேன்" என்றது பாம்பு.

'அண்ணே, எனக்கு நண்டு என்றால் மிகவும் பிரியம். இந்தக் குளத்தங்கரையில் வரும் நண்டுகளை நீயும் சாப்பிடுகிறாய். உனக்கு இந்த நண்டு ஓர் உணவா? இனிமேல் நண்டுகளையெல்லாம் எனக்கே விட்டுவிடு" என்று நரி சொல்லியது,

பாம்புக்கு நண்டு ருசியை விட மனம் இல்லை. என்றாலும் தனக்குப் பெரிய உபகாரம் செய்த நரிக்கு இதைச் செய்யாமல் இருக்கக்கூடாது என்று, அப்படியே செய்வதாக ஒப்புக்கொண்டு, அப்படியே நடந்து வந்தது.

நரிக்கு இப்போது ஒரே கொண்ணாரம். தினந்தோறும் நண்டு விருந்து அதற்குக் கிடைத்துக் கொண்டு வந்தது.

சில நாட்கள் ஆயின. பாம்புக்கு நண்டு ருசி மறக்கவில்லை. மறுபடியும் அதைத் தின்னவேண்டும் என்ற ஆசை உண்டாயிற்று. சில நண்டுகளைத் தின்னவும் தின்றது. அதை நரி பார்த்து விட்டது,

"என்ன அண்ணே, நீயும் நண்டைத் தின்கிறாயே! எல்லாவற்றையுமே எனக்குக் கொடுப்பதாக வாக்களித்துவிட்டு இப்போது பங்குக்கு வந்து விட்டாயே!" இப்படி நரி சொல்லியது.

"தம்பி, உனக்குத்தான் நிறைய நண்டுகள் கிடைக்கின்றனவே; நான் நாலு அஞ்சு தின்றால் உனக்குக் குறைந்து போகுமா?" என்று கேட்டது பாம்பு.

"தினமும் நிறைய நண்டுகள் வருவதில்லை, அண்ணே. சில நாள் மிகவும் குறைவாகவே வருகின்றன. நீயும் நண்டை விழுங்க வந்து விட்டால் நான் என்ன செய்வேன்!" என்று அழாக் குறையாக நரி சொன்னது.

"அதெல்லாம் முடியாது; நானும் சாப்பிடத் தான் சாப்பிடுவேன்'' என்று முரட்டுத்தனமாக மலைப்பாம்பு சொன்னபோது, நரிக்கு

அழுகையே வந்து விட்டது. அதனால் என்ன செய்ய முடியும்? பாவம்!

மற்றொரு நாள் அந்த மலைப் பாம்பு ஒரு முயலைப் பற்றி விழுங்கப் போயிற்று. அந்த முயல் ஒரு முள் புதருக்குள் ஓடி ஒளிந்து கொண்டது. பாம்புக்கு நிரம்பப் பசி, சரசரவென்று அந்தப் புதருக்குள் நுழைந்தது. முயலைப் பற்றிக்கொண்டு விழுங்க ஆரம்பித்தது. முள்ளுச் செடியை முயல் விடவே இல்லை, பசி வேகத்தில் பாம்பு முயலை இழுத்து விழுங்கும் போது அந்த முள்ளுச் செடியின் கிளையும் ஒடிந்து அதன் வாய்க்குள் போயிற்று. கூர்மையான முள் ஆகையால் பாம்பின் வாயை அது குத்திவிட்டது. அதை வெளியிலே கக்க முடியவில்லை,

வெளியிலே வந்து திணறிக் கொண்டிருந்தது, பாம்பு 'அந்த நரி வந்தால் இந்த முள்ளை எடுக்கச் சொல்லலாமே' என்று அது : நினைத்துக் கொண்டிருந்த போது, நரியே வந்து விட்டது.

"தம்பி, நல்ல சமயத்தில் வந்தாய். நான் மறு படியும் சங்கடத்தில் மாட்டிக் கொண்டு விட்டேன், என் வாயைப் பார்! முள் கொத்துக் கொத்தாக வாயில் நின்றுவிட்டது, விழுங்க முடியவில்லை. விஷமுள் போல இருக்கிறது. வாயெல்லாம் கடுக்கிறது" என்று பாம்பு மறுபடியும் கெஞ்சின குரலிலே பேசியது.

"அண்ணே, உன் ஆபத்தைத் தீர்க்க நான் வரவேணும், ஆனால் நீ உன் வாக்கைக் காப்பாற்றாமல், எனக்குக் கொடுத்ததைப் பங்கு போட வருகிறாய். உனக்கு உபகாரம் செய்வதற்கு மனசு வருமா ?" என்று கம்பீரமாகக் கேட்டது நரி.

"தம்பி, தம்பி, நான் செய்தது தப்புத்தான், இனிமேல் அப்படி நடக்காது, எல்லா நண்டுகளையும் நீயே சாப்பிடு. எப்படியாவது இந்த முள்ளை எடுத்து விடப்பா? என்னாலே வலி தாங்க முடியவில்லை" என்று மறுபடியும் குழைந்து கெஞ்சியது பாம்பு.

"நீ உன் வாக்கை இனிமேலாவது காப்பாற்றுவாய் என்ற நம்பிக்கையின் மேல் உனக்கு மறுபடி யும் உதவி செய்ய வருகிறேன். இனி மேலாவது என்னை ஏமாற்றாமல் இரு" என்று நரி சொல்லியது.

"தம்பி, திருப்பித் திருப்பி அதையே சொல்லாதே! எனக்குப் புத்தி வந்து விட்டது. சீக்கிரம் இந்த முள்ளை எடு" என்று பாம்புசொல்லவே, நரி முன்பு செய்தமாதிரி பாம்பின் வாயிலிருந்து

முள்ளை எடுத்துவிட்டது.

அதற்குப் பிறகு நரி நண்டுகள் எல்லாவற்றை யும் உண்டு வந்தது பாம்பு அந்தப் பக்கமே போகவில்லை.

பத்து நாள் ஆயின. பாம்புக்கு இன்னும் நண்டுச் சபலம் போகவில்லை. 'பண்ணுகிறது தப்பு' என்று ஒரு சமயம் நினைக்கும். அடுத்த கணம், 'இந்த நரிப்பயலுக்குப் பயப்பட வேணுமா? என்ன செய்து விடுவான்? என்ற தைரியம் வரும், கடைசியில் நண்டுப் பட்சணத்தைச் சாப்பிடுவது என்று தீர்மானம் செய்து கொண்டது, அப்படியே அது நண்டுகளைத் தின்ன ஆரம்பித்தது.

நரி இதைப் பார்த்தது. இரண்டு முறை உபகாரம் செய்தது நரி. அது இல்லாவிட்டால் பாம்பு எவ்வளவோ சங்கடப்பட்டுப் போயிருக்கும். இரண்டு முறையும் பாம்பு வாக்குக் கொடுத்தது; ஆனால் அதைக் காப்பாற்றவில்லை. முதல் முறை போனால் போகிறது என்று எண்ணி, மறுபடியும் நரி உதவி செய்தது. இப்போது பழைய படியே தான் கொடுத்த வாக்குறுதியைப் பாம்பு காற்றில் பறக்க விட்டுவிட்டது, நரிக்குக் கோபம் கோபமாக வந்தது.

"என்ன அண்ணே, மறுபடியும் இப்படி?" என்று ஆத்திரத்துடன் கேட்டது.

"உனக்கு அதிகப் பேராசை! உலகத்திலே உள்ள நண்டெல்லாம் உனக்கே வேணும் என்று நினைக்கிறாய்!" என்று கொஞ்சம் கடுமையாகப் பாம்பு பேசியது,

இப்போது நரிக்குக் கோபம் அதிகமாகி விட்டது. "போடா துரோகி ! நன்றி கெட்ட நாயே! உன்னைப் போய்க் காப்பாற்றினேனே! என் முட்டாள் தனத்தைத்தான் நொந்து கொள்ள வேணும். நீ பாவி; அக்கிரமக்காரன்; அயோக்கியன்; அல்பன்; கால் இல்லாமல் ஊர்ந்து வருகிற உனக்கு நாக்கு மாத்திரம் இரண்டு இருக்கின்றன. அந்த நாக்கு எப்படி வேணுமானாலும் பேசும். நீ பெரிய நயவஞ்சகன், அநியாயக்காரன்..." கோபத்தினால் படபடவென்று பேசின நரிக்குப் பெருமூச்சு வாங்கியது.

அது சரமாரியாகப் பொழிந்த வசவுகளைக் கேட்ட பாம்புக்கும் கோபம் பெரு நெருப்புப் போல மூண்டது, "என்ன சொன்னாய்? இப்போது உன்னையே விழுங்கி விடுகிறேன், பார்" என்று சர சர வென்று நரியை நோக்கி வேகமாக வந்தது.

நரி சட்டென்று அந்தக் குளத்தில் குதித்து நீந்தி அக்கரைக்குப் போய்விட்டது, கோப வெறியில் பாம்பும் குளத்தில் பாய்ந்து நீந்தத் தொடங்கியது, பெரிய உடம்பைத் தூக்கிக்கொண்டு அதனால் நீந்த முடியவில்லை. தடுமாறித் தத்தளித்தது, வேறு வழியில்லாமல் அது நரியைக் கூப்பிட்டு அலறியது; "தம்பி, இப்போது என்னைக் காப்பாற்றிவிடு. உன் வழிக்கே வரமாட்டேன். உனக்கு எது வேண்டுமானாலும் தருகிறேன். சாமி சத்தியமாகச் சொல்கிறேன், நீ என் வாலைப் பிடித்துக் கரையில் இழுத்து விடு" என்று புலம்பியது.

நரி சிறிது நேரம் பாம்பின் தவிப்பைப் பார்த்து நின்று கொண்டிருந்தது. "தம்பி, நீ சும்மா இருக் கிறாயே! என்னைக் காப்பாற்றிவிடு; உன் காலில் விழுகிறேன். எப்படியாவது என்னைக் கரையேற்று" என்று உரத்த குரலில் அழுதது மலைப்பாம்பு.

நரிக்கு மனசு இரங்கி விட்டது. குளத்தில் இறங்கி நீந்திக்கொண்டே வந்து பாம்பின் வாலை வாயில் பற்றிக்கொண்டது. மெதுவாகக் கரைக்குப் போய், பாம்பின் உடம்பு முழுவதையும் கரையில் இழுத்து விட்டது. கரைக்கு வந்தவுடன் பாம்பு சிறிது நேரம் மயக்கமாக அப்படியே கிடந்தது பிறகு கண் விழித்தது. நரியைப் பார்த்து, "தம்பி, நீ என் உயிரையே காப்பாற்றினாய். இனிமேல் நீ எது கேட்டாலும் தருகிறேன்; எனக்குச் சாப்பிடக் கிடைக்கிறதை நீ கேட்டாலும், நான் சாப்பிடாமல் உனக்கே கொடுத்து விடுகிறேன், இனிமேல் நமக்குள்ளே பேதமே வேண்டாம். எனக்கு நல்ல புத்தி வந்து விட்டது. உன்னைத் தம்பி என்று சொல் கிறது கூடத் தப்பு. நீ என்னைப் பெற்றெடுத்த அப்பன்; என் அம்மா; என் தெய்வம்!" பாம்பு இப்போது ஆனந்தக் கண்ணீர் விட்டுக் கொண்டே நரியினிடம் போய் அதன் காலை இறுகப் பற்றிக் கொண்டது.

மந்திரப் பெட்டி

கந்தன் நான்காவது வரைக்கும் படித்தான். அதற்கு மேல் அவனுக்குப் படிப்பு ஓடவில்லை. சாமி, சாமியார் என்றால் அவனுக்கு அதிகப் பக்தி. எந்தச் சாமியார் வந்தாலும் அவர் காலில் விழுந்து வணங்குவான். சாமியார் அவனுக்கு ஆசீர்வாதம் செய்வார். "படிக்காமல் சோம்பேறியாய் இருக் கிறாயே! நீ எப்படிப் பிழைக்கப் போகிறாய் ?" என்று அவனுடைய அப்பா அடிக்கடி கோபித்துக் கொள்வார்.

ஒரு நாள் அந்த ஊருக்கு ஒரு சாமியார் வந்தார். வழக்கம்போல் கந்தன் அவரை வணங்கினான். அவருக்கு விசிறினான். தாகத்துக்குத் தண்ணீர் வேண்டுமானால் கொண்டு வந்து கொடுத்தான். அவனுடைய பணிவைக் கண்டு அவனிடம் சாமியாருக்குப் பிரியம் ஏற்பட்டது, "அப்பா, உன் பேர் என்ன?" என்று கேட்டார். கந்தன் என்றான். "என்ன படித்திருக்கிறாய்?" என்று கேட்டார், பதில் சொல்ல அவனுக்கு வெட்கமாக இருந்தது. ஆனாலும் சாமியாரிடம் உண்மையைச் சொல்லிவிட வேண்டுமென்று எண்ணி, "எனக்குச் சரியாகப் படிப்பு வரவில்லை. நாலாவதுக்கு மேல் போகவில்லை" என்று சொன்னான்.

நீ என்னோடு வருகிறாயா ? உன் அம்மா அப்பா உன்னை விடுவார்களா ?" என்று கேட்டார் சாமியார்.

"நான் வர இஷ்டந்தான், அப்பா அம்மாவைக் கேட்டுப் பார்க்கிறேன்" என்று சொல்லி, அவர்களைக் கேட்டான், இங்கே இருந்து வீண் பொழுது போக்குவதைவிட எங்கேயாது போய் வேலையோ வெட்டியோ செய்து பிழைத்துக் கொள்ளட்டும் என்று எண்ணி அவர்கள் அனுமதி கொடுத்து விட்டார்கள்.

சாமியார் அவனைக் கூட்டிக் கொண்டு போனார். அவர் ஒரு காட்டில் ஆசிரமம் கட்டிக் கொண்டு வாழ்கிறவர். அங்கே அழைத்துக் கொண்டு போனார். கந்தன் அவருக்கு வேண்டிய பணிவிடைகளை யெல்லாம் செய்தான்.

அந்தச் சாமியார் மந்திரம் தெரிந்தவர். எது வேண்டுமானாலும் இருந்த இடத்திலிருந்தே வர வழைக்கிறவர். இந்த விஷயம் முதலில் கந்தனுக்குத் தெரியாது. அந்த ஆசிரமத்தில் அதிகச் சாமான்கள் இல்லை. சாமியார் உட்கார்ந்து தவம் பண்ணுகிற புலித்தோல் இருந்தது. இரண்டு மூன்று காவியாடைகள் இருந்தன.

அவர் கழுத்தில் ருத்திராட்ச மாலை இருந்தது. ஒரு குடுவையில் திருநீறு இருந்தது. அதில் ஏதாவது இருக்கலாம் என்று எண்ணிக் கொண்டான்.

'இவர் எப்படிச் சாப்பிடுவார்? யாராவது சாப்பாடு கொண்டு வந்து தருவார்களா ?' என்று யோசித்தான்.

வந்த முதல் நாள் சாப்பிட வேண்டிய நேரத்தில் சாமியார் கந்தனை அழைத்து, "இந்தா, இந்தச் செம்பில் தண்ணீர் கொண்டு வா" என்று வெளியே அனுப்பினார். அவன் சிறிது தூரத்தில் ஓடிய ஆற்றிலிருந்து தண்ணீர் எடுத்து வந்தான். வந்து பார்த்த போது இரண்டு இலைகளில் பருப்பு பாயசத்தோடு சாப்பாடு இருந்தது. 'இதை யார் கொண்டு வந்து வைத்தார்கள் ?" என்று யோசித்தான். சாமியாரைக் கேட்கலாம் என்று நினைத்தான். பிறகு, "அப்படியெல்லாம் கேட்டால் சாமியார் ஏதாவது நம்மைப்பற்றித் தவறாக நினைத்துக் கொள்வார்

நமக்கு என்ன, சாப்பாடு தானே வேண்டும்? அது யார் கொண்டு வந்தால் நமக்கு என்ன?' என்று சும்மா இருந்து விட்டான்.

"தம்பி, சாப்பிடலாம், வா" என்று சாமியார் அழைத்தார்.

"சாமி, நீங்கள் சாப்பிடுங்கள், பிறகு நான் சாப்பிடுகிறேன்" என்று அவன் சொல்லியும்,"இல்லை, இல்லை. இரண்டு பேருமே சாப்பிடலாம்" என்று சாமியார் சொல்லி உட்கார வைத்தார், அவன் அப்படியே சாப்பிட்டான். ஆ ! எத்தனை சுவையான சாப்பாடு! அவன் தன் வீட்டில் இப்படியுள்ள சாப்பாட்டைச் சாப்பிட்டதே இல்லை.

சாப்பிட்டபிறகு அந்தச் சாமியார் அவனிடம் சொன்னார்; "கந்தா. இங்கே நடக்கிறதை நீ யாரிடமும் சொல்லாதே, கடவுள் எனக்கு வேண்டி யதை எல்லாம் தருகிறார். அதோ இருக்கிறதே, அந்தத் தகரப் பெட்டியில் கடவுள் இருக்கிறார். இது உனக்கு மட்டும் தெரிந்தால் போதும் யாருக்கும் சொல்லாதே!" என்றார்.

தகரப் பெட்டிக்குள் கடவுள் இருக்கிறதாவது t அவனுக்கு ஒன்றும் விளங்கவில்லை.

இரண்டு மூன்று நாள் ஆனவுடன் கந்தனுக்குச் சாமியார் செய்யும் அற்புதமான செயல்கள் தெரிய வந்தன. அவர் ஒரு மந்திரக் கோலை வைத்திருந்தார். அந்தக் கோலினால் தகரப் பெட்டியைத் தட்டி, "சூ

சுவாகா! இரண்டு மாம்பழம் வேண்டும். என்றால் உடனே அந்தப் பெட்டி திறந்து கொள்ளும். அதில் இரண்டு மாம்பழங்கள் இருக்கும். சாமியார் எடுத்துக் கொள்வார். தினந்தோறும் சாப்பாடு கூட இப்படித்தான் கிடைக்கிறது என்று கந்தன் தெரிந்து கொண்டான்,

சாமியார் அவனுக்குப் படிப்புச் சொல்லிக் கொடுத்தார். பல நீதிகளை உபதேசம் செய்தார். "கடவுளை நம்பு. அதிக ஆசைப் படாதே! யாரிடமும் அன்பாக இரு" என்று நீதியுரைகளைச் சொன்னார்.

சில காலம் கழித்துக் கந்தனுக்குத் தன் அப்பா அம்மாவைப் பார்க்க வேண்டும் என்ற ஆசை உண்டாயிற்று. சாமியாரிடம் சொன்னான். "போய் விட்டு வா அப்பா! என் ஆசீர்வாதங்களை அவர்களிடம் சொல். வெறுங்கையோடு போகாதே. அவர்களுக்கு வேட்டி, புடைவை தருகிறேன். அவற்றைக் கொண்டுபோய்க் கொடு" என்று வேட்டி, புடைவை, பழம் எல்லாம் கொடுத்து அனுப்பினார்.

கந்தன் ஊருக்குப் போய் அப்பா அம்மாவைப் பார்த்தான். அவர்கள் அவனைப் பார்த்தபோது ஆச்சரியப்பட்டுப் போனார்கள். அவன் மொழு மொழு என்று வளர்ந்திருந்தான். அவன் கொண்டு வந்திருந்த வேட்டி புடைவைகளைக் கண்டு அவர்கள் பிரமித்துப் போனார்கள், "என்னடா கந்தா, நீ சாமி யாரிடம் போனாயே! அங்கே இப்போது இல்லையா? ஏதாவது வியாபாரம் செய்கிறாயா? இதெல்லாம் ஏது?" என்று கேட்டார்கள். அந்த நிலையில் கந்தனைக் கண்ட அவர்கள் ஆனந்தக் கடலில் மூழ்கினார்கள்.

"நான் சாமியாரிடந்தான் இருக்கிறேன். உங்களைப் பார்த்து வருகிறேன் என்று சொல்லிப் புறப்பட்டேன். வெறுங்கையாகப் போகாமல் இவற்றைக் கொண்டு போய்க் கொடு என்று அவரே கொடுத்தார்" என்றான்.

"சாமியாரா கொடுத்தார்? அவருக்கு இதெல்லாம் எப்படிக் கிடைக்கிறது? யாராவது கொண்டு வந்து கொடுக்கிறார்களா?" என்று அம்மா கேட்டாள். தன் பிள்ளை சாமர்த்தியசாலி ஆகிவிட்டான் என்பதில் அவளுக்கு மட்டில்லாத மகிழ்ச்சி. அந்தச் சாமியார் நிரம்பப் பெரியவர். அவருக்கு எது வேண்டுமானாலும் கிடைக்கும். அது பெரிய ரகசியம். அதெல்லாம் சொல்லக் கூடாது?" என்றன் கந்தன்.

"யாராவது திருடர்கள் கொண்டு வந்து தருகிறார்களா?" என்று அப்பா கேட்டார்.

"சே! அப்படி எல்லாம் பேசாதீர்கள். அவர் பெரிய மகான். எது வேண்டுமானாலும் வருவித்துத் தருவார்."

"ஓகோ! குட்டிச் சாத்தான் வேலை போலிருக் கிறது !" என்று அப்பா சொன்னார்.

"சாத்தானும் இல்லை; தீத்தானும் இல்லை. அவர் தெய்வம் போன்றவர் !" என்று சொல்லிக் கன்னத்தில் போட்டுக் கொண்டு சாமியாரை நினைத்துக் கும்பிட்டான். அப்பாவின் பைத்தியக்காரத்தனமான பேச்சைக் கேட்டு அவன் மனம் வருந்தியது. அதற்குப் பரிகாரமாகத்தான் தன் கன்னத்தில் போட்டுக்கொண்டான்.

அப்படியா? ஆச்சரியமாக இருக்கிறதே! அப்படியானால் நான் ஒரு முறை சாமியார் ஆசிரமத்துக்கு வந்து பார்க்கலாமா?" என்று கேட்டார் அப்பா.

"எதற்கும் சாமியாரைக் கேட்டுக் கொண்டு வந்து உங்களை அழைத்துக் கொண்டு போகிறேன்.'

"சரி, சரி; அடுத்த முறை வரும்போது எனக்கு ஒரு தங்கச் சங்கிலி வாங்கி வா. என் கழுத்து மூளியாக இருக்கிறது. உங்கள் அப்பாவால் ஒன்றும் செய்ய முடியாது. நீ வாங்கித் தந்தால், என் பிள்ளை சம்பாதித்துக் கொடுத்தது பெருமையாகச் சொல்லிக்கொள்வேன்'' என்று சொன்னாள் அம்மா.

"சரி" என்று சொல்லி விடை பெற்றுச் சென்றான் கந்தன்.

மூன்று மாதம் கழித்து மறுபடியும் அப்பாவைப் பார்த்து வரலாம் என்று புறப்பட்டான். புறப்படும் போது சாமியாரிடம், "எங்கள் அம்மா தங்கச் சங்கிலி வேண்டுமென்று கேட்டாள்" என்று சொன்னான்.

"அப்படியா? கொடுத்துவிட்டு வா" என்று மந்திரப் பெட்டியிலிருந்து ஒரு சங்கிலியை வருவித்துக் கொடுத்தார். பிறகு கந்தன், 'சாமி, அவர்கள் ஒரு முறை இங்கே வந்து உங்களைத் தரிசிக்க வேண்டு மென்று ஆசைப்படுகிறார்கள்" என்பதையும் சொன்னான்.

சாமியாருக்கு அதைக் கேட்டவுடன் சிரிப்பு வந்தது."சரி, அழைத்துக்கொண்டு வா; இரண்டு நாள் இருந்து விட்டுப் போகட்டும்" என்று சொல்லித் தங்கச் சங்கிலியோடு அவனை அனுப்பி வைத்தார்.

இரண்டு நாள் கழித்துக் கந்தன் தன் தாயார் தகப்பனாரோடு அங்கே வந்து சேர்ந்தான். மிகவும் சிறிய ஆசிரமத்தில் சாமியார் இருப்பதை அவர்கள் கண்டார்கள். 'இவருக்குத்தான் எது வேண்டு மானாலும் கிடைக்கிறதே ! ஒரு பெரிய மாளிகையில் இருக்கப்படாதோ? இந்தக் குடிசையில் ஏன் இருக்கிறார்கள்?' என்று அவர்கள் நினைத்தார்கள்.

முதல் நாள் அவர்களை நீராடி விட்டு வரும்படி அனுப்பினார் சாமியார். திரும்பி வந்த போது எல்லோருக்கும் இலைபோட்டு உணவு பரிமாறியிருந்தது.வந்தவர்கள் கண்களை அகல விழித்துப் பார்த்தார்கள். ஒரே ஆச்சரியமாக இருந்தது. சாப்பிட்டார்கள். நல்ல விருந்து. பிறகு அவர்களுக்குப் புதிய ஆடைகளைச் சாமியார் தந்தார். அங்கே இருந்த தகரப்பெட்டி அவர்கள் கண்ணில் பட்டது. "அது என்ன ?'' என்று கந்தனைக் கேட்டார்கள். "அதில் தான் கடவுள் இருக்கிறார். சாமியாருக்கு எல்லா வற்றையும் தருகிறார்'' என்று தன்னையே அறியாமல் சொல்லி விட்டான் அவன்.

கந்தனுடைய அப்பா அந்தப் பெட்டியை உற்று நோக்கினார். அருகில் அந்த மந்திரக் கோலும் இருந்தது.சாமியார், "நான் சிறிது வெளியில்போய் வருகிறேன்' என்று சொல்லிவிட்டுப் போனார். இதுதான் சமயம் என்று கந்தனுடைய அப்பா அந்தப் பெட்டியை ஆராயத் தொடங்கினார், கந்தனுக்கு இரகசியத்தைச் சொல்லிவிட வேண்டும் என்ற துடிப்பு உண்டாயிற்று. "சூ சுவாகா!" என் தட்டினால் எல்லாம் கிடைக்கும் என்று சொல்லிவிட்டான்.

உடனே ஆவல் நிரம்பிய அவனுடைய அப்பா அந்தக் கோலை எடுத்து, "சூ சுவாகா! எனக்கு ஒரு வெள்ளிக் கிண்ணம் வேண்டும்" என்று சொல்லித் தட்டினார். ஏன்ன ஆச்சரியம் ! டப் என்று பெட்டி திறந்தது. அதிலிருந்து ஒரு வெள்ளிக் கிண்ணம் வெளியில் வந்தது. பிறகு பெட்டி மூடிக் கொண்டது. அதைக் கண்டு அம்மாவும் அப்பாவும் ஆச்சரியத் தால் வாயைப் பிளந்தார்கள். அடுத்தபடி. "எனக்கு ஒரு பட்டுச் சட்டை வேண்டும்" என்று அப்பா தட்டினார். அப்படியே வந்தது. "இங்கே பாருங்கள்; எனக்கு ஒரு காசு மாலை வேண்டும். சாமியார் வருவதற்குள் வருவித்துத் தாருங்கள்" என்று அம்மா அவசரப்பட்டாள். அவளுடைய நச்சரிப்பைக் கண்டு

அப்பாவுக்குக் கோபம் வந்தது. "இருடி. பேராசைக்காரி! உனக்குப் புடவை, தங்கச் சங்கிலி எல்லாம் கிடைத்தது போதாதா? நீ சனியன் மாதிரி குறுக்கே வராதே !" என்று கோபத்தோடு சொன்ன அப்பா, எதையோ கேட்க எண்ணினவர், "சூ சுவாகா! சனியன்" என்று தட்டிவிட்டார். அவர் கோபம் குறையாமல் அப்படி உளறி விட்டார்.

அவ்வளவு தான்; பெட்டிதிறந்தது, அதிலிருந்து கன்னங் கறேல் என்று ஒரு வடிவம் வெளிப்பட்டது. லபக் கென்று அப்பாவை விழுங்கி மறைந்தது. பெட்டி மறுபடியும் மூடிக் கொண்டது. அப்பா போய் விட்டதைக் கண்டு அம்மா அலறிப் புடைத்துக் கொண்டு கதறினாள். கந்தனுக்கு, "அதிகம் ஆசைப்படாதே" என்று சாமியார் உபதேசித்தது நினைவுக்கு வந்தது

அந்தச் சமயத்தில் சாமியார் வெளியே போனவர் சிரித்தபடியே வந்தார்."சாமி, என் புருஷர் போய் விட்டாரே, என்று அம்மா அழுதாள். "என் தெய்வமே! எங்களை மன்னித்து எங்களைக் காப்பாற்ற வேண்டும்" என்று கந்தன் அவர் காலில் விழுந்து புலம்பினான்.

எல்லாம் சாமியார் நிதானமாக நடந்ததை கேள்வியுற்றார், பிறகு அந்த மந்திரக் கோலைக் கந்தனிடம் தந்து, "அப்பா வேண்டும் என்று கேள்" என்றார். கந்தன் கண்ணைத் துடைத்துக்கொண்டு சாமியார் காலில் விழுந்து வணங்கி எழுந்து, மிகவும் பயபக்தியுடன் அந்தக் கோலால், "என் அப்பா வேண்டும்" என்று பெட்டி மேல் தட்டினான். அவர்கள் எல்லோரும் ஆச்சரியத்தில் மூழ்கும்படி, பெட்டி திறந்தவுடன் அதிலிருந்து அவர் வெளியில் வந்து நின்றார். நின்றவர் சாமியார் காலில் விழுந்து அவரைக் கெட்டியாகப் பிடித்துக் கொண்டு அழுதார். அம்மா தன் கணவர் வந்ததைக் கண்டு, செத்தவர் பிழைத்தது போல எண்ணி ஆனந்தக் கண்ணீர் விட்டாள்.

எல்லோரும் சேர்ந்து சாமியார் காலில் விழுந்தார்கள்.

"சாமி, இனிமேல் நாங்கள் பேராசைப்பட மட்டோம், நீங்கள் கொடுக்கிறதை வாங்கிக் கொள்வோம். ஒன்றும் கொடுக்கா விட்டாலும் சரியே! எங்கள் பிள்ளையைக் காப்பாற்றுகிறீர்களே, அதுவே போதும்" என்று மனமார அவரைத் துதித்து நின்றார்கள்.

"இனிமேல் கந்தனை அழைத்துப் போங்கள். அவன் படித்திருக்கிறான். நல்ல வேலை கிடைக்கும். என்னை மறந்து விடுங்கள்" என்று சொல்லி யாவருக்கும் விடைகொடுத்து அனுப்பினார் சாமியார்.

www.ingramcontent.com/pod-product-compliance
Lightning Source LLC
LaVergne TN
LVHW010123170826
845678LV00012B/2569